ഏതോ പൂവുകൾ

etho poovukal
novel
•
e v sreedharan
•
chintha first edition
march 2013
•
typesetting & published
chintha publishers, thiruvananthapuram
•
printed

•
cover
bloofish

വിതരണം
ദേശാഭിമാനി ബുക്ക് ഹൗസ്
H O തിരുവനന്തപുരം–695 035
www.chinthapublishers.com
chinthapublishers@gmail.com

ബ്രാഞ്ചുകൾ
ഹെഡ്ഓഫീസ് ബ്രാഞ്ച് കുന്നുകുഴി • ഓവർബ്രിഡ്ജ് തിരുവനന്തപുരം • കെ എസ് ആർ ടി സി ബസ് സ്റ്റേഷൻ ആലപ്പുഴ • കെ എസ് ആർ ടി സി ബസ് സ്റ്റേഷൻ എറണാകുളം • മച്ചിങ്ങൽ ലെയ്ൻ തൃശൂർ • ഐ ജി റോഡ് കോഴിക്കോട് • കെ എസ് ആർ ടി സി ബസ് സ്റ്റേഷൻ കോഴിക്കോട് • എൻ ജി ഒ യൂണിയൻ ബിൽഡിങ് കണ്ണൂർ • സെൻട്രൽ ബസ് ടെർമിനൽ കോംപ്ലക്സ് താവക്കര കണ്ണൂർ

CO - 1881 / 3145

ഏതോ പൂവുകൾ
(നോവൽ)

ഇ വി ശ്രീധരൻ

ചിന്ത പബ്ലിഷേഴ്സ്
തിരുവനന്തപുരം-695 035
വില : ` 80

ഇ വി ശ്രീധരൻ

തൊഴിൽ പത്രപ്രവർത്തനം. അത് തുടങ്ങിയത് മദ്രാസിൽ. തിരുവനന്തപുരത്ത് *കലാകൗമുദി*യിൽ മുപ്പതുകൊല്ല ത്തോളം ജോലി ചെയ്തു. പിന്നീട് എം ഗോവിന്ദന്റെ പത്രാധിപത്യത്തിൽ മദ്രാസിൽനിന്ന് പ്രസിദ്ധീകരിച്ചിരുന്ന *സമീക്ഷ* രണ്ടുകൊല്ലത്തോളം തിരുവനന്തപുരത്തുനിന്നു നടത്തി. *വീക്ഷണ*ത്തിന്റെ തിരുവനന്തപുരം എഡിഷനിൽ ന്യൂസ് എഡിറ്ററാണ്.

കഥകളും നോവലുകളും ലേഖനസമാഹാരങ്ങളുമൊക്കെയായി മുപ്പത്തഞ്ചോളം പുസ്തകങ്ങൾ എഴുതിയിട്ടുണ്ട്. കോഴിക്കോട് ജില്ലയുടെ വടക്കേ അറ്റത്തുള്ള ചോമ്പാൽ ആണ് സ്വദേശം.

അങ്ങാടി

അധ്വാനിക്കുന്ന മനുഷ്യർ

സുഖദുഃഖങ്ങളുടെ ഏതോ പൂവുകൾ
തെരഞ്ഞുനടക്കുന്ന
അങ്ങാടിയിലെ
മനുഷ്യർക്ക്

ഒന്ന്

അങ്ങാടി ഇപ്പോൾ തീരെ ഉറങ്ങാറില്ല. രാത്രിയാവുമ്പോൾ ഉത്സവപ്പറമ്പായി മാറുന്നു.

മുബാറക്കങ്ങാടിയിൽ ഒരു കുളിരുള്ള രാവ് തുടങ്ങുകയായിരുന്നു. മാനന്തവാടിയിൽനിന്ന് നേന്ത്രക്കുലയുമായി വന്ന ലോറികൾ ശ്വാസം വിടാനാവാതെ നിൽക്കുന്നുണ്ട്. പുലരുന്നതിനുമുമ്പ് ആ ലോറികൾക്കു തിരിച്ചുപോകണം. കുടകിലെ വണ്ടികളും വരാറായി. മലഞ്ചരക്കിറങ്ങുമ്പോൾ അങ്ങാടിക്കൊരു ഹരമാണ്. പാതിരയോടെ സേലം വണ്ടികളുമെത്തും.

ലോറികളുടെ മറവിലൂടെ ശാന്തമ്മയും ലീലയും കുഞ്ചിരയുമൊക്കെ പതുങ്ങിപ്പതുങ്ങി വരികയായിരുന്നു. അവർ വരുന്നത് ശങ്കരൻകുട്ടി ഇടങ്കണ്ണിട്ടു നോക്കി. അവന്റെ പല്ലുകളൊന്നു ഞെരിഞ്ഞു. തുളുനാട്ടിൽനിന്നു വരുന്ന ഡ്രൈവർമാരുടെ സുഖമാണവർ. പക്ഷേ, അവരങ്ങാടിയിലിറങ്ങിയാൽ ശങ്കരൻകുട്ടി അടിച്ചോടിക്കും. ശങ്കരൻകുട്ടിയെ ശാന്തമ്മ ഒരു മൃഗമായിട്ടാണ് കരുതുന്നത്. കുഞ്ചിരയ്ക്കും ശാന്തമ്മയ്ക്കുമൊക്കെ അവനെ ഭയമാണ്. അവൻ കല്ലെടുത്തെറിയും. തടിച്ച കമ്പുകൊണ്ട് മാറത്തും മുഖത്തും വീക്കിക്കൊടുക്കും. തലമുടി ചുറ്റിപ്പിടിച്ചുകളയും.

മുബാറക്കങ്ങാടിയിൽ രാത്രി പെണ്ണുങ്ങളെക്കാണരുത്. അവന്റെ മനസിന്റെ കടുത്ത കൽപ്പനയാണത്. അടിച്ചോടിക്കുമ്പോൾ അവൻ പറയും, നീയെല്ലാം എന്റെ പെങ്ങന്മാരാണെടീ...

ലോറിയുടെ മറവിൽ ശാന്തമ്മ നിൽക്കുന്നു. അത് ശങ്കരൻകുട്ടി കാണുന്നുണ്ട്. തുളുനാട്ടിൽനിന്നു വന്ന ഒരു ഡ്രൈവർ പതുക്കെപ്പതുക്കെ അങ്ങോട്ടുപോകുകയായിരുന്നു. ശങ്കരൻകുട്ടിയും അങ്ങോട്ടുനടന്നു. അവൻ ശാന്തമ്മയുടെ മുമ്പിൽ ഒറ്റ നിൽപ്പ്. അവൾ അകമേ വല്ലാതെ

അരിശപ്പെടുകയായിരുന്നു. ആ അരിശം സഹിക്കാനാവാതെ അവൾ ചോദിച്ചു: "ഞങ്ങളൊക്കെ പട്ടിണി കെടന്ന് മരിച്ചോട്ടെന്നാ നിന്റെ വിചാരം."

"പട്ടിണി കെടക്കുന്നവരെല്ലാം നെന്നെപ്പോലെയാണോ?" ശങ്കരൻകുട്ടി ചോദിച്ചു. അവന്റെ കണ്ണുകൾ ചുവന്നുരുളുകയായിരുന്നു. ശാന്തമ്മ തലയിലെ മുല്ലപ്പൂ നേരെയാക്കി കുണുങ്ങിക്കുണുങ്ങി അവനോട് വളരെ അടുത്തുനിന്നുകൊണ്ട് പറഞ്ഞു: "ഒരു കാര്യം ചെയ്യ് ശങ്കരങ്കുട്ട്യേ, ഇന്ന് പണി കഴിഞ്ഞ് പോവുമ്പം എന്നെയും അങ്ങ് കൂട്ടിക്കോ. ഞാന് ശങ്കരങ്കട്ടീന്റെ ശീലാവതിയായങ്ങ് പൊറുക്കാം. വെശന്നിട്ടാ ശങ്കരങ്കുട്ട്യേ കുടീം കുടുംബോം ഇല്ലാത്ത നിനക്കതൊന്നും തിരിയൂല. എന്നക്കെട്ട്യോൻ വാതം പിടിച്ച് കെടപ്പാന്നിഞ്ഞറിയ്യോ? ചോരേള്ളേരം നിനക്കിതൊക്കെ തോന്നും."

ശങ്കരൻകുട്ടി മിണ്ടാതെ തിരിച്ചു നടക്കാൻ തുടങ്ങുമ്പോൾ ശാന്തമ്മ തലയിലെ മുല്ലപ്പൂവെടുത്ത് അവന്റെ മുമ്പിലേക്കെറിഞ്ഞു. "ലോറീന്റടീപ്പെട്ട് മരിച്ചുപോട്ടെ കുരിപ്പേ" എന്നു ശപിക്കുകയും ചെയ്തു. ശങ്കരൻകുട്ടി ഒന്നു ഞെട്ടി. അങ്ങനെ ഒരിക്കലും മുബാറക്കങ്ങാടിയിൽ നിന്നു ശങ്കരൻകുട്ടി ഞെട്ടിയിട്ടില്ല. കുറെനേരത്തെ മൗനത്തിനുശേഷം അവൻ സമാധാനിച്ചു. ഈ ശാപം ഏൽക്കുകയില്ല. ഞാനൊരു പാപവും ചെയ്തിട്ടില്ല.

പിന്നെ കുല ഇറക്കാനൊരു ഉഷാറില്ലാതായി. ശാന്തമ്മ മുനിസിപ്പൽ ബസ് സ്റ്റാന്റിലേക്ക് നടന്നുപോകുകയായിരുന്നു. ആ നടപ്പിലെ ദയനീയത ശങ്കരൻകുട്ടിയെ വേദനിപ്പിച്ചു. കുഞ്ചിര അപ്പോഴും ലോറികൾക്കരികിലൂടെ അലയുകയായിരുന്നു. മന്തുകാലുള്ള കുഞ്ചിരയ്ക്ക് രാജകുമാരിയുടെ മുഖമാണ്. മുഖം കണ്ട് കൊതിക്കുന്നവർ അവളുടെ മന്ത് കാല് കണ്ട് പിൻതിരിയുന്നു. കുഞ്ചിര മിക്കവാറും രാത്രികളിൽ നിരാശയായി തിരിച്ചു പോകാറാണ് പതിവ്. ശങ്കരൻകുട്ടിക്ക് അവളുടെ അലച്ചിൽ കണ്ടപ്പോൾ ഖേദം തോന്നി. അവൻ ദയയുടെ അധികാരസ്വരത്തിൽ അവളെ വിളിച്ച് രണ്ടുരൂപ എറിഞ്ഞുകൊടുത്തു. ചാത്തുണ്ണ്യേട്ടൻ അത് കാണുന്നുണ്ടായിരുന്നു. ഒരു ചെറുചിരിയോടെ ചാത്തുണ്ണ്യേട്ടൻ മനസിൽ പറഞ്ഞു. പുണ്യം കിട്ടും ശങ്കരൻകുട്ട്യേ.

പാവം. ഇവരുടെയെല്ലാം ജന്മം ഇങ്ങനെയായിപ്പോയല്ലോയെന്നോർത്ത് ശങ്കരൻകുട്ടി ദുഃഖിക്കുകയായിരുന്നു. ദുഃഖിച്ചിട്ടെന്താ കാര്യം? ഇവരെല്ലാം ഇങ്ങനെയങ്ങൊടുങ്ങും. അവസാനം കുഷ്ഠവും പാണ്ടുമൊക്കെ വന്ന് റോഡുവക്കിൽ വീണു മരിക്കും. ഒന്നും ഓർക്കാതിരിക്കുന്നതാണ് നല്ലത്.

ശങ്കരൻകുട്ടി ചായപ്പീടികയിലേക്ക് നടന്നു. ചാത്തുണ്ണ്യേട്ടനും വന്നു. കുടകിലെ ലോറികൾ വരുന്നുണ്ടായിരുന്നു. മാർക്കറ്റിൽ ഇടമില്ലാഞ്ഞിട്ട് ആ ലോറികൾ സെയ്താർ പള്ളിറോഡിലേക്കു പോവുകയായിരുന്നു.

"അഞ്ചു ലോറി ഓറഞ്ചാ ഇന്ന് വെര്ന്നത്" ചാത്തുണ്ണ്യേട്ടൻ പറഞ്ഞു.

ചായ കുടി കഴിഞ്ഞ് ശങ്കരൻകുട്ടി കടത്തിണ്ണയിൽ വിശ്രമിക്കുമ്പോൾ ചാത്തുണ്ണ്യേട്ടനും കൂടെ വന്നിരുന്നു. ചുരുട്ടുകത്തിച്ച് ആഞ്ഞു വലിച്ചു. ചാത്തുണ്ണ്യേട്ടന് നല്ല വയസായിത്തുടങ്ങിയിരിക്കുന്നു. ചുമടെടുക്കാൻ പറ്റിയ പ്രായമൊക്കെ കഴിഞ്ഞു. ശങ്കരൻകുട്ടി അത് ഓർക്കാറും ഓർമി പ്പിക്കാറുമില്ല. പണിയെടുക്കുമ്പോൾ മുബാറക്കങ്ങാടിയിൽ മരിച്ചുവീഴണ മെന്നാ ചാത്തുണ്ണ്യേട്ടന്റെ ആഗ്രഹം. അഞ്ചുദിവസംപോലും കിടക്കാൻ വയ്യ. എത്ര പാവങ്ങൾക്ക് ജീവിതം നൽകിയ ആളാണ് ചാത്തുണ്ണ്യേട്ടൻ. ശങ്കരൻകുട്ടി ആലോചിക്കുകയായിരുന്നു. ജീവിതത്തിന്റെ കുഴിയിൽനിന്ന് ആളുകളെ കൈപിടിച്ചു കയറ്റാൻ വേണ്ടിയാണ് ചാത്തുണ്ണ്യേട്ടൻ ജീവി ക്കുന്നത്. എന്നിട്ട് ചാത്തുണ്ണ്യേട്ടൻ ഒന്നുമായിത്തീർന്നില്ല.

ചാത്തുണ്ണ്യേട്ടൻ ശങ്കരൻകുട്ടിയെപ്പറ്റി ആലോചിക്കുകയായിരുന്നു. ഇവനായാലെന്താ? ഇവനെന്റെ ചെറുക്കനാ. ഇവനാ തറവാട്ടിലേക്ക് കയ റിച്ചെല്ലട്ടെ. ആളുകൾ അത്ഭുതപ്പെടണം. ഇതെല്ലാം ചാത്തുണ്ണിയുടെ കളി യാ. അതിനിവൻ നിക്കോ. നിർത്തും. ഇവനെക്കൊണ്ട് ഞാനത് ചെയ്യി ക്കും. എടാ ശങ്കരങ്കുട്ട്യേ, നിന്നെ ചാത്തുണ്ണി ചതിക്കൂലാ.

ചുരുട്ട് തറയിലുരച്ച് കെടുത്തുന്നതിനിടയിൽ ചാത്തുണ്ണ്യേട്ടൻ ചോദിച്ചു: "ശങ്കരങ്കുട്ട്യേ, നിനക്ക് ഇങ്ങനെ ജീവിച്ചാമതിയോ?"

ശങ്കരൻകുട്ടി അത് കേട്ടതായി നടിച്ചില്ല, "ഇങ്ങനെയല്ലാതെങ്ങനെ ജീവിക്കാനാ."

"ഈ ജീവിതത്തിനൊരർഥമില്ലെടാ."

"ചാത്തുണ്ണ്യേട്ടാ... ഇത്രയൊക്കെ മതി ജീവിതം. ചിരുതാമ്മ ചോറ് തെരും. ഇവിടെപ്പണിയുണ്ട്."

"കെളവി ചത്താലോടാ?"

"വല്ല പീടികത്തിണ്ണേലും പോയൊറങ്ങും."

ചാത്തുണ്ണ്യേട്ടൻ ശങ്കരൻകുട്ടിയുടെ തൊട്ടടുത്തേക്ക് മാറിയിരുന്നു കൊണ്ട് സ്നേഹത്തോടെ പറഞ്ഞു. "ശങ്കരങ്കുട്ട്യേ നീയൊരു സമ്മന്തം കഴിക്കണം. ഒന്നാന്തരമൊരു പെണ്ണ് എന്റെ കയ്യിലുണ്ട്. ആ സമ്മന്തം നിനക്കൊരു ഭാഗ്യമായിരിക്കും. ബി എ തോറ്റ പെണ്ണാ. ആ പൊരേല് നിനക്ക് താമസിക്കുകേം ചെയ്യാം. അതെപ്പറ്റി ഒന്നാലോചിക്കണം. നീ പിന്തിരിയണ്ടാ. ചാത്തുണ്ണ്യേട്ടൻ പറേന്നത് കേട്ടോ?"

ശങ്കരൻകുട്ടി എഴുന്നേറ്റ് മിണ്ടാതെ മുബാറക്കങ്ങാടിയിലേക്ക് നട ന്നു. അങ്ങാടിയിൽ പണി തുടങ്ങിക്കഴിഞ്ഞിരുന്നു. ചാത്തുണ്ണ്യേട്ടനും പിന്നാലെയുണ്ടായിരുന്നു. മനസിൽ ചാത്തുണ്ണ്യേട്ടൻ തീരുമാനിച്ചു. രാമൻ വൈദ്യരുടെ മോളെ ഇവനെക്കൊണ്ടുതന്നെ സംബന്ധം കഴിപ്പിക്കും. അങ്ങാടിയിലെ ശങ്കരൻകുട്ടി മൂലപ്പറമ്പത്തെ ശങ്കരൻകുട്ടിയാവും. ഇരു മ്പുപോലെയുള്ള ഈ വാല്യക്കാരന്റെ ഗുണം രാമൻവൈദ്യരറിയും. എടാ, നിന്നെ ചാത്തുണ്ണ്യേ... പെരുവഴിയിൽനിന്ന് പെറുക്കിയെടുത്തതാ. ആ ചാത്തുണ്ണി തന്നെ നിന്നെ തറവാട് കയറ്റും. രണ്ടാഴ്ചയ്ക്കകത്ത് ചാത്തുണ്ണി അത് നടത്തും. ചാത്തുണ്ണീന്റെ ഒരു കളികൂടി അങ്ങാടികാ

ണും. ജോലി ചെയ്തുകൊണ്ടിരിക്കുന്നതിനിടയിലും ചാത്തുണ്ണ്യേട്ടൻ അക്കാര്യം ശങ്കരൻകുട്ടിയുടെ മുമ്പിലെടുത്തിട്ടു. എല്ലാം കേൾക്കുകയല്ലാതെ ശങ്കരൻകുട്ടി മറുപടിയൊന്നും പറഞ്ഞില്ല.

കല്യാണം കഴിക്കുന്ന കാര്യമൊന്നും ശങ്കരൻകുട്ടി ഒരിക്കലും ചിന്തിച്ചതല്ല. അവന്റെ മുമ്പിൽത്തന്നെ ഇതൊരത്ഭുതം പോലെയാണ് പൊട്ടിവീണത്.

പണിവേണം: നല്ലോണം തിന്നണം. ഉറങ്ങാനൊരു സ്ഥലം വേണം. ആരോടും നുണപറയുകയില്ല. ആരെയും ദ്രോഹിക്കുകയില്ല. ആരുടെയും ഒരടയ്ക്കു പോലും കക്കുകയില്ല. ശങ്കരൻകുട്ടിയുടെ മനസ്സ് ഇതിനപ്പുറത്തിന്നേവരെ പോയിട്ടില്ല. അവന്റെ ദിനങ്ങൾ ഇങ്ങനെ കൊഴിഞ്ഞു. കാലത്ത് അഞ്ച് മണിക്ക് ഓട്ടുകമ്പനിയിൽ സൈറൺ മുഴങ്ങുമ്പോൾ അവനുണരുന്നു. ചിരുതാമ്മ കൊടുക്കുന്ന ആഹാരവും കഴിച്ച് ആറുമണിയോടെ മുബാറക്കങ്ങാടിയിലെത്തുന്നു. പിന്നെ, എല്ലുമുറിയെപ്പണിയാണ്. അവന് രോഗം വരാറില്ല. ദുഃഖിക്കാറും സന്തോഷിക്കാറുമില്ല. ഉച്ചയ്ക്കും രാത്രിയും ഊണിനുശേഷം വലിക്കുന്ന ഒരോ കത്രികമാർക്ക് സിഗരറ്റാണ് അവന്റെ ജീവിതത്തിലെ ഏറ്റവും വലിയ സുഖം.

മുബാറക്കങ്ങാടിയുടെ മകനാണ് ശങ്കരൻകുട്ടി. അവനെ എല്ലാവർക്കും സ്നേഹമാണ്. ശങ്കരൻകുട്ടിയുടെ യഥാർഥ വീട് അങ്ങാടിയാണ്. ഉറങ്ങാൻ മാത്രം ചിരുതാമ്മയുടെ കുടിലിലെത്തുന്നു. ചിരുതാമ്മ അവനമ്മയാണ്. ശങ്കരൻകുട്ടിയെ ചുറ്റിപ്പറ്റി ചിരുതാമ്മയ്ക്ക് ഒരുപാട് സ്വപ്നങ്ങളുണ്ട്. ശങ്കരൻകുട്ടി കൊടുക്കുന്ന ഉറുപ്പികയൊന്നും ചിരുതാമ്മയ്ക്ക് വലിയ കാര്യമല്ല. അവൻ കൊടുക്കുന്നത് ഒരു മുളയ്ക്കകത്ത് സൂക്ഷിക്കുന്നുണ്ട്. ചാവാൻ നേരത്ത് അത് അവനുതന്നെ തിരിച്ചു കൊടുക്കണം.

ചിരുതാമ്മയ്ക്ക് വയ്യ. നല്ല വയസായി. കുറേ ആടുകളും ഒരുകുടിലും ശങ്കരൻകുട്ടിയുമാണ് ചിരുതാമ്മയുടെ സ്വത്ത്. ഇത് മൂന്നുമാണ് ചിരുതാമ്മയെ ലോകവുമായി ബന്ധപ്പെടുത്തുന്നത്.

വർഷങ്ങൾക്കുമുമ്പ് ഒരു വൈകുന്നേരം ചിരുതാമ്മ തന്നെയാണ് അങ്ങാടിയിൽനിന്ന് ശങ്കരൻകുട്ടിയെ തന്റെ കുടിലിലേക്ക് വിളിച്ചു കൊണ്ടുപോന്നത്. വീട്ടിലൊരാണിന്റെ പൊടിയുണ്ടാവാൻ മോഹം വന്നപ്പോൾ ചിരുതാമ്മ ശങ്കരൻകുട്ടിയെപ്പറ്റി ആലോചിച്ചു. വിളിച്ചു. അവൻ ചെന്നു. ചാത്തുണ്ണ്യേട്ടൻ ചിരിച്ചു.

ചിരുതാമ്മ മൂന്നു മക്കളെ പെറ്റിരുന്നു. മൂന്നും ചത്തുപോയി. മക്കൾ ചത്തുതീർന്നതിനുശേഷം ചിരുതാമ്മയുടെ തിയ്യനും ചത്തുപോയി. പടച്ചോനങ്ങ് വിളിച്ചൂന്നാ ചിരുതാമ്മ പറയുന്നത്.

എത്ര വൈകിയാലും ശങ്കരൻകുട്ടി വീട്ടിലെത്തും. ശങ്കരൻകുട്ടി വരുന്നതുവരെ ചിരുതാമ്മ ഉറങ്ങുകയില്ല. ഉറങ്ങാത്തതിന് ശങ്കരൻകുട്ടി ശകാരിക്കാറുണ്ട്. കൊതുകിന്റെ കടി സഹിക്കാഞ്ഞിട്ടാണ് ഉറങ്ങാത്തതെന്നു ചിരുതാമ്മ പറയും. ശങ്കരൻകുട്ടി ഒരിക്കൽ വാങ്ങിക്കൊടുത്ത കൊതു

വല ചിരുതാമ്മ ആട്ടാലയുടെ വാതിൽക്കൽ വിലങ്ങനെ കെട്ടിക്കൊടുത്തു. മനുഷ്യനെ കൊതുകടിച്ചാ അടിക്കാം. ആടുകൾക്കെന്തു ചെയ്യാൻ പറ്റും?

അയിറ്റ്യേളെ കൊതു കടിക്കാതിരിക്കട്ടെ എന്നു വിചാരിച്ചുകൊണ്ടാണ് ചിരുതാമ്മ കൊതുവല ആട്ടാലയ്ക്കു മുമ്പിൽ കെട്ടിയത്. പിന്നെ ശങ്കരൻകുട്ടി കൊതുവല വാങ്ങിക്കൊടുത്തില്ല. ആടുകളുടെയും ശങ്കരൻകുട്ടിയുടെയും സുഖമാണ് ചിരുതാമ്മയുടെ സുഖം.

അന്നുരാത്രി ശങ്കരൻകുട്ടി വീട്ടിലെത്തുമ്പോൾ ഒന്നരമണിയായിരുന്നു. ചിരുതാമ്മ ശങ്കരൻകുട്ടിയെയും കാത്ത് ഉറങ്ങാതെ ഇരിക്കുകയായിരുന്നു. ശങ്കരൻകുട്ടി കയറിവരുമ്പോൾ ചിരുതാമ്മ വിളക്കും കത്തിച്ചുവച്ച് ആടുകളോട് സംസാരിക്കുകയായിരുന്നു. ഗർഭിണിയായ കുങ്കിയോട് ചിരുതാമ്മക്കിപ്പോൾ വലിയ സ്നേഹമാണ്. അവളോടാണ് കൂടുതലും സംസാരിക്കുന്നത്. അവളുടെ അമ്മ മാക്കത്തെയും ചിരുതാമ്മയ്ക്ക് വലിയ സ്നേഹമായിരുന്നു. മാക്കത്തെ ചൊവ്വാഴ്ചച്ചന്തയിൽ നിന്നു വാങ്ങിയതാണ്. നാലു പേറിനു ശേഷം മാക്കത്തെ ഒരു വിഷുവിന് ഇറച്ചിക്കാരൻ മമ്മുവിന് വിറ്റു.

സമയം വൈകിയതുകൊണ്ട് അന്ന് ശങ്കരൻകുട്ടി വേഗം ഉറങ്ങാൻ കിടന്നു. മേലാസകലം ഒരു നോവുണ്ടായിരുന്നു. ഒരുപാട് ജോലിചെയ്ത ദിവസമാണ്. മാനന്തവാടിയിൽനിന്ന് നേന്ത്രക്കുല ഇറങ്ങിയാൽ ഇങ്ങനെയാണ്. പണിയോടു പണി. മോന്തിപ്പണി ശങ്കരൻകുട്ടിക്ക് തീരെ ഇഷ്ടമല്ല.

ചൂടുവെള്ളത്തിലൊന്നു കുളിച്ചിരുന്നെങ്കിൽ വേഗം ഉറക്ക് കിട്ടും. ഇപ്പോഴെവിടുന്നാ ചൂട് വെള്ളം. ഉറക്ക് വരാഞ്ഞിട്ട് ശങ്കരൻകുട്ടി തിരിഞ്ഞും മറിഞ്ഞും കിടന്നു. ഉറങ്ങിയാൽ പിന്നെ മരിച്ചുറക്കമാണ്. ആന ചവിട്ടിയാലും ശങ്കരൻകുട്ടി ഉണരില്ല.

ഉറക്കങ്ങനെ തേനൊലിക്കുമ്പോലെ കണ്ണിലേക്കു കയറുകയായിരുന്നു. എപ്പോഴോ ശങ്കരൻകുട്ടി ഒരു സ്വപ്നം കണ്ടു. പളുങ്കുപോലെയുള്ള ഒരു പെണ്ണ് ശങ്കരൻകുട്ടിയെ കുളിപ്പിക്കുന്നു. അവൾ അവന്റെ മേലെല്ലാം സോപ്പു തേയ്ക്കുകയായിരുന്നു. അവന് നല്ല സുഖം തോന്നി. അവനും അവളും കിലുകിലെ ചിരിക്കുകയായിരുന്നു. അവന്റെ ചിരികേട്ടപ്പോൾ ചിരുതാമ്മയും ചിരിച്ചുപോയി. അവൾ അവന്റെ മേലുള്ള സോപ്പുപത വിരലുകൾകൊണ്ട് വടിച്ചെടുത്തു. അതൊരു സ്വർഗീയ സുഖമായവനു തോന്നി. ആ സുഖത്തിന്റെ പടവുകളിലൂടെ അവനേതോ അലൗകികമായ ലോകത്തേക്കു കയറിപ്പോവുകയായിരുന്നു.

പിറ്റേന്ന് രാത്രി മുഴുവൻ ശങ്കരൻകുട്ടിക്ക് സ്വപ്നങ്ങളായിരുന്നു. കാലത്ത് ആറുമണിക്കുതന്നെ അങ്ങാടിയിലെത്തിയ ശങ്കരൻകുട്ടി വെറുതെ ഗോതമ്പ് ഗോഡൗണിനടുത്ത് നിൽക്കുകയായിരുന്നു. അവന് അതിരാവിലെ അങ്ങാടിയിലൂടെ വെറുതെ നടക്കുന്നതൊരു രസമാണ്. ഗോഡൗണും കടകളും നോക്കിയങ്ങനെ നടക്കും. കാറിൽ മലർന്നു കിട

ന്നെത്തുന്ന മുതലാളിമാർക്ക് സലാം വയ്ക്കുന്നതാണ് ഈ സമയത്തെ ഒരു വലിയ ശല്യം.

ചാത്തുണ്ണ്യേട്ടനും രാവിലെ തന്നെ വന്നിരുന്നു. ചാത്തുണ്ണ്യേട്ടൻ ശങ്കരൻകുട്ടിയെ അൽപ്പമകലെ നിന്ന് കൈമാടി വിളിച്ചു. അവനെയും കൂട്ടി ചാത്തുണ്ണ്യേട്ടൻ കടൽപ്പാലത്തിനടുത്തേക്കു നടന്നു. കടൽപ്പാലവും പരിസരവും രാവിലെ വിജനമായിരിക്കും. കടൽപ്പാലത്തിൽ കയറിനിന്ന് കടലിനോട് സംസാരിക്കുന്ന ഒരു പതിവുണ്ട് ചാത്തുണ്ണ്യേട്ടന്. അതെല്ലാവർക്കും അറിയാം. ഞാൻ എന്റെ ദുഃഖമെല്ലാം കടലിനോടാണ് പറയുകയെന്ന് ചാത്തുണ്ണ്യേട്ടൻ പറയാറുണ്ട്. ഇത് ചെറുപ്പകാലത്തേ ഉള്ള ഒരു സ്വഭാവമാണ്. ചാത്തുണ്ണ്യേട്ടൻ കടലിനോട് സംസാരിക്കുന്നത് ശങ്കരൻകുട്ടിയും കണ്ടിട്ടുണ്ട്.

ചാത്തുണ്ണ്യേട്ടൻ ശങ്കരൻകുട്ടിയുടെ തോളിൽ കൈയിട്ടുകൊണ്ട് പറഞ്ഞു: "ശങ്കരൻകുട്ട്യേ നീ ചാത്തുണ്ണി പറയുന്നതങ്ങ് കേട്ടോ. നിനക്കൊരുമുക്കാലും ചെലവുണ്ടാവൂല്ല. വല്യരീതി കല്യാണൊന്നും വേണ്ട. ഒരു സമ്മന്തം മതി. വെറുമൊരു മോതിരം കൈമാറല്."

എത്രനേരം എന്തെല്ലാം സംസാരിച്ചിട്ടും ശങ്കരൻകുട്ടി ചാത്തുണ്ണ്യേട്ടന്റെ പിടിയിലൊതുങ്ങുന്നുണ്ടായിരുന്നില്ല. അവസാനം ചാത്തുണ്ണ്യേട്ടൻ ചോദിച്ചു: "എടാ, നീ പെണ്ണ് കെട്ട്ന്നില്ലേ?"

"ചാത്തുണ്ണ്യേട്ടാ, രാമൻവൈദ്യരൊക്കെ വല്യ ആള്കളാ. രാമൻ വൈദ്യരെ മോളെ കെട്ടാൻ ശങ്കരൻകുട്ടിക്ക് യോഗ്യത്യൊന്നൂല്ല." ശങ്കരൻകുട്ടി അത് പറഞ്ഞത് ചാത്തുണ്ണ്യേട്ടനോടു മാത്രമായിരുന്നില്ല. പൊങ്ങി ഉയരുന്ന തിരമാലകളോടുമായിരുന്നു.

"നിനക്ക് യോഗ്യതയുണ്ട്ടാ. നീ നല്ലോരാണാ. യോഗ്യത്യൊക്കെ ഞാനെല്ലേ നിശ്ചയിക്ക്ണെ? നീ ചാത്തുണ്ണി പറയുന്നത് കേക്ക്വോ?" എന്തോ അവസാനിപ്പിക്കുന്നതുപോലെയായിരുന്നു ആ ചോദ്യം. ചാത്തുണ്ണ്യേട്ടന് താൻ ഇവിടെ പരാജയപ്പെടുന്നതുപോലെ തോന്നി. സംസാരം തുടർന്നു കൊണ്ടുതന്നെ അവർ കടൽപ്പാലമിറങ്ങി. അങ്ങാടിയിൽ പണി തുടങ്ങാൻ സമയമായിരുന്നു. ടിപ്പുവിന്റെ കോട്ടയ്ക്കടുത്തെത്തിയപ്പോൾ ചാത്തുണ്ണ്യേട്ടൻ ശങ്കരൻകുട്ടിയെ ഒരു നിമിഷം പിടിച്ചുനിർത്തിയിട്ട് പറഞ്ഞു: "മൂന്ന് ദിവസത്തിനിടയ്ക്ക് മറുപടി കിട്ട്യാമതി. ചിരുതാമ്മ്യോട് ഞാം പറേന്ന്ണ്ട്."

ശങ്കരൻകുട്ടിക്ക് മനസിൽ ഓർക്കാപ്പുറത്തൊരു കല്ല് വീണപോലെ. മനസാകെ കലങ്ങുന്നു. ഇതിനുമുമ്പാരും ഇങ്ങനെയൊന്നും സംസാരിച്ചിട്ടില്ല. അങ്ങാടിയിലെ ശങ്കരൻകുട്ടിയെപ്പറ്റി ആരും ആലോചിച്ചിട്ടുമില്ല. ശങ്കരൻകുട്ടി ശങ്കരൻകുട്ടിയെപ്പറ്റിയും ആലോചിച്ചിട്ടില്ല.

അരിച്ചാക്കിന് സ്വന്തം മുതുക് കാണിക്കുമ്പോൾ അവൻ അസ്വസ്ഥതയുടെ ചക്രത്തിൽ കറങ്ങുകയായിരുന്നു.

അന്ന് ശങ്കരൻകുട്ടി ആരോടും ഒന്നും സംസാരിച്ചില്ല. അവൻ അവനോടു തന്നെ സംസാരിക്കുകയായിരുന്നു. തന്നിൽ നിന്നു വേറൊരു മനു

ഷ്യൻ തല നീട്ടുന്നുണ്ടോയെന്നവനു തോന്നി. ഉച്ചയ്ക്കുള്ള വിശ്രമസമയം മുഴുവനും ആലോചനയായിരുന്നു. അവൻ സ്റ്റേഡിയത്തിൽ തനിച്ചിരിക്കുന്നതാരും കണ്ടില്ല.

വൈകുന്നേരമാവുമ്പോഴേക്കും അവനൊരു തീരുമാനത്തിലെത്തി. ആണും പെണ്ണും കൂടിച്ചേർന്നാലേ ജീവിതമുള്ളൂ. പെണ്ണിന്റെ മണമില്ലെങ്കിൽ ജീവിതം നാറിപ്പോകും. മരിക്കുമ്പോൾ നെഞ്ചത്തടിച്ചു കരയാനെങ്കിലും ഒരുത്തിയുണ്ടാകണം.

മനസ്സ് വീണ്ടും വഴുതുകയായിരുന്നു. എന്താ ഒരു കുറവ്. ശങ്കരൻകുട്ടി ചോദിച്ചു. മനസിനകത്തുനിന്നൊരു ശങ്കരൻകുട്ടി അപ്പോൾ ചോദിക്കുകയായിരുന്നു. നീയാര്? നിന്നെ പെറ്റ അമ്മയേത്? നീ എവിടെ ജനിച്ചു? കുടികുടുംബമായി നിനക്കാരെങ്കിലുമൊരാളുണ്ടോ? നീ എങ്ങനെ വളർന്നു? നീ എങ്ങനെ മുബാറക്കങ്ങാടിയിലെത്തി? നിന്റെ അച്ഛനെ നീ കണ്ടിട്ടില്ല. നിന്റെ അമ്മയെ നീ കണ്ടിട്ടില്ല. ആരോ നിന്നെ വളർത്തി. എങ്ങനെയോ നീ ഈ മുബാറക്കങ്ങാടിയിലെത്തി. നിന്റെ തലയും ചുമലും കൊണ്ട് നീ ഈ മുബാറക്കങ്ങാടിയിൽ ജീവിക്കാൻ തുടങ്ങി.

ഉള്ളിൽ പതുങ്ങി ഇരുന്ന് സംസാരിക്കുന്ന ശങ്കരൻകുട്ടിയോട് മുബാറക്കങ്ങാടിയിലെ ശങ്കരൻകുട്ടി പറഞ്ഞു: "എനിക്കെന്റെ തടിയുണ്ട്. ഈ തടിവച്ച് ഞാൻ ജീവിക്കും. ഈ തടി ചെത്തിക്കളയാൻ ആർക്കും കഴിയില്ല. എനിക്ക് ഞാനൊറ്റയ്ക്ക് മതി. ഞാൻ വിയർപ്പൊഴുക്കി ജീവിക്കുന്നു. എന്റെ തടിയുള്ള കാലത്തോളം എനിക്ക് ജീവിതമുണ്ട്."

അരിച്ചാക്കിറക്കൽ ആറരമണിക്ക് കഴിഞ്ഞു. പിന്നെ കുറെ സമയം ശങ്കരൻകുട്ടി ഓറഞ്ച് ഇറക്കാൻ പോയി. ഓറഞ്ചിറക്കിക്കൊണ്ടിരിക്കുമ്പോഴാണ് കുഞ്ചിര വരുന്നത് കണ്ണിൽപ്പെട്ടത്. മന്തുകാലും വലിച്ചവൾ വരികയായിരുന്നു. അവൾ നേരെ ചെന്ന് മുനിസിപ്പൽ കക്കൂസിന്റെ പടിയിൽ ഇരിപ്പായി. ഇന്ന് അവളും കൂടി ശപിക്കാൻ വന്നതായിരിക്കും. ശങ്കരൻകുട്ടി വിചാരിച്ചു. ഇനി ശങ്കരൻകുട്ടിയെക്കൊണ്ട് ആർക്കും ഉപദ്രവമുണ്ടാവൂല്ല. ശങ്കരൻകുട്ടിക്കെന്താ?

ജോലി തീർന്നു. അവൻ ചുമലിലെ തോർത്തെടുത്ത് കാറ്റുവീശിക്കൊണ്ട് ഇലക്ട്രിക് പോസ്റ്റിനടുത്തേക്ക് നീങ്ങി. ആകാശത്ത് വട്ടം വെയ്ക്കുന്ന ഒരു പരുന്തിലായിരുന്നു അവന്റെ ശ്രദ്ധ അപ്പോൾ. രണ്ടു ചിറകുകൾകൊണ്ട് എത്ര വലിയ വട്ടമാണ് ഈ പരുന്തുണ്ടാക്കുന്നത്. അവൻ എല്ലാം മറന്ന് ആ പരുന്തിനെ നോക്കി നിൽക്കുകയായിരുന്നു. അപ്പോൾ ഒരു ശബ്ദം അവന്റെ കാതിൽ വീണു.

"നല്ല രസോണ്ടില്ലെ, ശങ്കരങ്കുട്ട്യേട്ടാ... ആ പരുന്തിന്റ്യൊരു ഭാഗ്യം. അയിന് വല്ലോം അറിയണോ?" അത് കുഞ്ചിരയായിരുന്നു.

ശങ്കരൻകുട്ടി പരുന്തിനെ വിട്ട് കുഞ്ചിരയിലേക്ക് വന്നു. ദുഃഖത്തിൽ പൊതിഞ്ഞ ആ ചിരി കാണുമ്പോൾ മനസിന്റെ ഉള്ളിന്റെയുള്ളിൽ ശങ്കരൻകുട്ടിക്ക് നൊമ്പരമുണ്ടാകും.

"ശങ്കരൻക്കുട്ട്യേട്ടാ, ഇനി എന്നെ ഈ അങ്ങാടീക്കാണൂല്ല." കുഞ്ചിര

പറഞ്ഞു. എന്നിട്ട് അവൾ താഴോട്ടു നോക്കി നിന്നു.

"എന്നെ പേടിച്ചിട്ടാണോ?" അത് ചോദിക്കുമ്പോൾ അവന്റെ നെഞ്ചിടറുന്നുണ്ടായിരുന്നു.

"ഞാൻ നാളെ കുടകിലേക്ക് പോവ്വാ. അവ്ടെന്റെയൊരു ബന്ധുണ്ട്. അയാളെ ഭാര്യ മരിച്ചുപോയി. മക്കളെ നോക്കാനൊരാള് വേണം. പത്തമ്പത്തെട്ട് വയസ്സായിട്ട്ള്ളൊരാളാ. വല്ല ശമ്പളോം കിട്ട്യാ അമ്മക്കയ്ക്കാലോ. ചാവ്ന്നതുവെരെ അവ്ടെ ജീവിക്കാന്നാ അയാള് പറേന്നെ. എന്നെ വല്യ സ്നേഹാ. ഇനി ഞാനിങ്ങ് വെരൂല്ല. ശങ്കരങ്കുട്ട്യേട്ടനോട് യാത്ര പറയാനാ വന്നേ." പറഞ്ഞുതീരുമ്പോൾ അവളുടെ ചുണ്ടുകൾ വിറയ്ക്കുന്നുണ്ടായിരുന്നു."

"നല്ലതാ കുഞ്ചിരേ, പൊയ്ക്കോ." വേദനയോടെ ശങ്കരൻകുട്ടി പറഞ്ഞു. ട്രൗസറിന്റെ കീശയിലുണ്ടായിരുന്ന ഇരുപത് രൂപയെടുത്ത് അവൾക്ക് കൊടുത്തു. നാളെമുതൽ കുഞ്ചിര മുബാറക്കങ്ങാടിയിൽ ഉണ്ടാവില്ല. അവളെ ഒരുപാടു തവണ ആട്ടിയോടിച്ചിട്ടുണ്ട്. കല്ലെടുത്തെറിഞ്ഞ് വേദനിപ്പിച്ചിട്ടുണ്ട്. എന്നാലും അവൾ ശങ്കരങ്കുട്ട്യേട്ടാ എന്നുവിളിച്ച് പെരുങ്കാലും വലിച്ചുവരും.

കുഞ്ചിര യാത്രചോദിച്ച് നടന്നകലുമ്പോൾ സ്നേഹത്തിന്റെ ഏതോ ദീപം അകന്നു പോകുന്നതുപോലെ തോന്നി. അവൾ മനസിൽ കയറി നിന്ന് വേദനിപ്പിക്കുകയായിരുന്നു.

എട്ടു മണിയോടെ ശങ്കരൻകുട്ടി വീട്ടിലേക്ക് നടന്നു. മുണ്ടും തോളത്തിട്ട് നെഞ്ച് വിരിച്ചാണ് ശങ്കരൻകുട്ടി സാധാരണ നടക്കാറ്. എന്നാൽ അന്ന് സെയ്താർ പള്ളി റോഡിലൂടെ നടന്നുപോയ ശങ്കരൻകുട്ടി ഒരു സാധുവായിരുന്നു. കണ്ണിൽപ്പെടുന്ന മുതലാളിമാരെയെല്ലാം ശങ്കരൻകുട്ടി വണങ്ങിക്കൊണ്ടിരുന്നു. മുബാറക്കങ്ങാടിയിലെ എല്ലാ മുതലാളിമാർക്കും ശങ്കരൻകുട്ടിയെ ഇഷ്ടമാണ്. അവ്വോക്കർ മുതലാളി ശങ്കരൻകുട്ടിയെപ്പറ്റി പറയുക അവനൊരു ചവിട്ടും കുത്തുമില്ലാത്ത കാളയാണെന്നാ. സ്നേഹം കൊണ്ടാണങ്ങനെ പറയുന്നത്. എന്നാലും ശങ്കരൻകുട്ടി കേൾക്കെ അങ്ങനെ പറഞ്ഞിട്ടില്ല.

ശങ്കരൻകുട്ടി വീട്ടിലെത്തുമ്പോൾ ചിരുതാമ്മ മുമ്പിലൊരു മുട്ടവിളക്കും കത്തിച്ചുവച്ച് കാല് നീട്ടിയിരുന്ന് ഈരോലികൊണ്ട് പേനെടുക്കുകയായിരുന്നു. അന്ന് ശങ്കരൻകുട്ടി നേരത്തെ വന്നതുകണ്ടപ്പോൾ ചിരുതാമ്മയ്ക്ക് ചിരിവന്നു. അവൻ ചിരുതാമ്മയുടെ അടുത്തു തന്നെ ഇരുന്നു. ഒരു കള്ളച്ചിരിയോടെ കിഴവി ശങ്കരൻകുട്ടിയുടെ മുഖത്തൊന്നു നോക്കുകയും ചെയ്തു. ശങ്കരൻകുട്ടിയുടെ മനസ്സ് ചിരുതാമ്മ കാണുന്നുണ്ടായിരുന്നു. ചാത്തുണ്ണ്യേട്ടൻ വന്നുകാണുമെന്ന് ശങ്കരൻകുട്ടി ഊഹിച്ചു. സന്ധ്യയാകുന്നതിനുമുമ്പ് ചാത്തുണ്ണ്യേട്ടൻ സെയ്താർപിള്ളറോഡിലേക്കിറങ്ങുന്നത് കണ്ടിരുന്നു. ചാത്തുണ്ണ്യേട്ടൻ എല്ലാം പറഞ്ഞുകാണും. എന്താ ചാത്തുണ്ണ്യേട്ടനിങ്ങനെ നിർബന്ധം പിടിക്കുന്നത്? സംശയം പോലെന്തോ ഒന്ന് ശങ്കരൻ കുട്ടിയുടെ മനസിൽ തല പൊക്കുകയായിരു

ന്നു. തലപൊക്കി വരുന്ന സംശയത്തെ മനസിൽത്തന്നെ കൊല്ലുകയും ചെയ്തു. ചാത്തുണ്ണ്യേട്ടനെ സംശയിക്കുന്നത് പാപമായിരിക്കും.

ചാത്തുണ്ണ്യേട്ടൻ അങ്ങനെയാ. ആണിനും പെണ്ണിനും കൂടുകൂട്ടി ക്കൊടുക്കുന്നതിലൊരു രസമാ.

അയാളോ കൂടുണ്ടാക്കിയിട്ടുമില്ല. കെട്ടിയോൻ ചത്ത ഒരുത്തിയോ ടൊപ്പം അഞ്ചാറുകൊല്ലം കഴിഞ്ഞിരുന്നു. അത് ദൂരെ കതിരുക്കുന്നിലാ യിരുന്നു. പിന്നെയിങ്ങോട്ട് ചാത്തുണ്ണ്യേട്ടൻ തനിച്ചാണ്. പെണ്ണുമില്ല, കൂടു മില്ല, കുടുംബവുമില്ല. ചാരായത്തിന്റെ സഹായത്തിലാണ് ചാത്തുണ്ണ്യേ ട്ടന്റെ ജീവിതം. ഇപ്പോൾ ഉറങ്ങാനും നടക്കാനും സംസാരിക്കാനും ചാരാ യത്തിന്റെ സഹായം വേണം.

പെണ്ണിനെ ആണിന്റെയും ആണിനെ പെണ്ണിന്റെയും കഴുത്തിൽ കെട്ടിവയ്ക്കുന്നതിൽ വലിയൊരാത്മസുഖം അനുഭവിക്കുന്നുണ്ട് ചാത്തു ണ്ണ്യേട്ടൻ. ചാവുന്ന തടിയല്ലേ. ഇത്തിരി സുഖിച്ചെങ്കിലും ചാവട്ടെ. എന്നാണ് തത്വശാസ്ത്രം.

ശങ്കരൻകുട്ടിക്ക് ചോറുവിളമ്പിക്കൊടുത്തതിനുശേഷം ചിരുതാമ്മ മാറി ഇരുന്നു വീണ്ടും ഈരോലി എടുത്തു. ഈരോലികൊണ്ട് തലയിൽ ചിന്തുന്നതിനിടയിൽ പറഞ്ഞു: “ശങ്കരുട്ട്യേ, ചാത്തുണ്ണിവന്നിനും സന്ധ്യ യ്ക്ക്. നെന്നോടവെൻ സംസാരിച്ചൂന്ന് പറഞ്ഞു. നെന്റെ സൂര്യനുദിച്ച താ. തിരിഞ്ഞ് നോക്കണ്ട മോനേ. ചാത്തുണ്ണീം ഞാമ്പതങ്ങ് ഒറപ്പിച്ചോ ളാ. മൂലപ്പറമ്പത്തെ രാമൻ വൈശ്യാറെ മോളെ സമ്മന്തം കയിക്ക്വാന്ന് പറഞ്ഞാ ചില്ലറ കാര്യേല്ല. ഞ്ഞ്യങ്ങ്, കേറിക്കേറി പോകും ഒടയതമ്പുരാം സഹായിച്ചാ. പെങ്കുട്ട്യേ ഞാങ്കണ്ടിറ്റ്ണ്ട്. ഉറുമാമ്പയം പോലത്തെ പെണ്ണാ. സുമതിന്നാ പേര്.”

ശങ്കരൻകുട്ടി ഒരു ബധിരനെപ്പോലെ എല്ലാം കേട്ടിരിക്കുകയായിരു ന്നു. ചോറുരുളകൾ അവനറിയാതെ തന്നെ വായിലേക്ക് പോകുന്നുണ്ടാ യിരുന്നു.

“ഞ്ഞ്യോന്ന് സമ്മതം മൂള്യാമതി” എന്നിട്ട് ചിരുതാമ്മ ശങ്കരൻകു ട്ടിയെ സൂക്ഷിച്ചുനോക്കി.

ശങ്കരൻകുട്ടി എഴുന്നേറ്റ് കൈകഴുകി, മുറ്റത്തെ ചൂടിക്കട്ടിലിൽ ചെന്നി രുന്നു. നേരിയ തണുപ്പുകാറ്റും മങ്ങിയ നിലാവുമുണ്ടായിരുന്നു. ബീഡി ഒന്നിനുപുറകെ ഒന്നായി വലിച്ചുകൊണ്ടിരുന്നു.

അവളെ ശങ്കരൻകുട്ടിക്കറിയാം. എത്രയോ വർഷങ്ങളായറിയാം. സെയ്താർ പള്ളിറോഡിലൂടെ നിത്യവും നടന്നുപോയ കുട്ടിയാണവൾ. അവൾ പടിപടിയായി വളരുന്നതും ശങ്കരൻകുട്ടി കാണുകയായിരുന്നു. നിത്യവും നടന്നുപോകുന്ന വഴിയുടെ ഓരത്ത് ഒരു മരം വളരുന്നതുപോ ലെ, ഇപ്പോൾ കുറെ മാസങ്ങളായി അവളെ റോഡിലൊന്നും കാണാ റില്ല.

ശങ്കരൻകുട്ടി മലർന്നുകിടന്ന് ആകാശത്തുനോക്കി ആലോചിക്കുക യായിരുന്നു. എന്താണിത്? അങ്ങാടിയിലെ ശങ്കരൻകുട്ടിക്ക് ഇങ്ങനെയൊരു

പെണ്ണോ. മുബാറക്കങ്ങാടിയിലെ ശങ്കരൻകുട്ടിയും മൂലപ്പറമ്പത്തെ രാമൻവൈദ്യരുടെ മകളും തമ്മിലെങ്ങനെ യോജിക്കും? അവൾക്ക് വേറൊരുത്തനെ കിട്ടില്ലേ. ഒന്നും മനസിലാകുന്നില്ലല്ലോ. ദൈവം ഇറങ്ങി വന്ന് അത്ഭുതം കാണിക്കുന്നതുപോലെ. അതിനൊരു മറുപടി ചാത്തുണ്ണ്യേട്ടൻ പറഞ്ഞിട്ടുണ്ട്.

എടാ, അവർക്കൊരാണിനെയാ വേണ്ടത്.

ഇപ്പോൾ അതിന്റെ അർഥം മനസിലാകുന്നില്ല. രാമൻ വൈദ്യർക്കെന്തിനാ വെറുമൊരാണ്? ചാത്തുണ്ണ്യേട്ടനോടിനിയും പലതും ചോദിക്കാനുണ്ട്.

രാമൻ വൈദ്യർ ഒരാണിനെ തേടുകയാണെന്നോ.

അങ്ങനെയോരോന്നാലോചിച്ചു കിടക്കവേ മുട്ടവിളക്കുമായി ചിരുതാമ്മ ശങ്കരൻകുട്ടിയുടെ കട്ടിലിന്റെ തലയ്ക്കൽ വന്നിരിപ്പായി. ചിരുതാമ്മയുടെ മനസാകെ മധുരിക്കുകയായിരുന്നു. ആ മധുരം കിഴവി നുണയുകയായിരുന്നു. നുണയുന്നതിനിടയിൽ ചോദിച്ചു. "ഞ്ഞെന്താ ശങ്കരൂട്ട്യേ നിരീക്ക്ന്നേ?"

ചിരുതാമ്മയ്ക്ക് വലിയൊരു സന്തോഷം വീണുകിട്ടിയിരിക്കുകയാണെന്ന് ശങ്കരൻകുട്ടിക്കറിയാം.

ശങ്കരൻകുട്ടിക്ക് തറവാട്ടിന്ന് സമ്മന്തം.

പൊന്നുങ്കുടം പോലത്തെ പെണ്ണ്

ചിരുതാമ്മ സന്തോഷത്തിലങ്ങ് പറഞ്ഞു: "ശങ്കരൂട്ട്യേ, മൂലപ്പറമ്പത്തെ രാമൻവൈശ്യാറ് തറവാട്ടുകാരനാ. തറവാടേള്ളൂ. പ്പപയിശ്ശ്യോന്നൂല്ല. അയില്ലൊന്നുഞ്ഞി പേടിക്കണ്ട. എല്ലാരുക്കിപ്പം റേഷനരിയാ. ഞ്ഞീല്ലിന്ന് പിന്തിരിയേണ്ട."

പിന്നെ ചിരുതാമ്മ ആടുകളോടായി സംസാരം. കുങ്കി കാലുകൾ കുടയുകയും ചെവികളിട്ടടിക്കുകയുമായിരുന്നു. ശങ്കരൻകുട്ടിക്ക് ഉറക്കം വരുന്നില്ല. സ്വത്തും പണവുമൊന്നുമില്ലെങ്കിലും രാമൻ വൈദ്യരല്ലേ. ആന മെലിഞ്ഞാലും പന്തീരായിരം.

"ആ പെണ്ണ് ബി എ പഠിച്ചതാ" ശങ്കരൻകുട്ടി പറഞ്ഞു. അപ്പോൾ ചിരുതാമ്മയ്ക്ക് ചിരി വന്നു. പഠിച്ചോളല്ലേ നല്ലത്.

"ഓളെ പഠിപ്പും നെന്റെ മനുഷ്യക്കൊണോം ചേർന്നാ തങ്കം പോലെ തെളങ്ങും ശങ്കരൂട്ട്യേ" എന്നാണ് ചിരുതാമ്മ പറഞ്ഞത്.

പലതും ആലോചിച്ചാലോചിച്ച് ശങ്കരൻകുട്ടി നിസ്സഹായനാവുകയായിരുന്നു. എന്നാൽ ഉറക്കം വരുന്നതിനു മുമ്പേ അവനൊരു തീരുമാനമെടുത്തു: എന്ത് കുരിപ്പായാലും ചാത്തുണ്ണ്യേട്ടനും ചിരുതാമ്മയും തീരുമാനിച്ചോട്ടെ. അവര് കാരണമാണല്ലോ ശങ്കരൻകുട്ടിക്ക് ഈ ജീവിതം.

രണ്ട്

മാധവനെയാണ് ചാത്തുണ്ണ്യേട്ടന് ഭയം. അവൻ എന്തിന്റെയും ഉള്ള് ചുഴിഞ്ഞുനോക്കുന്നവനാണ്. ശങ്കരൻകുട്ടി എന്തുകാര്യവും അവനോടു ചോദിക്കും. അവനോടു നേരത്തേതന്നെ പറയേണ്ടതായിരുന്നു. അവൻ അങ്ങാടിയിൽ പുതിയൊരു ദാദയായി വളർന്നു വരികയാണ്. പഴയ വീരന്മാരെയൊക്കെ അവൻ ഒതുക്കിക്കഴിഞ്ഞു. ചാത്തുണ്ണ്യേട്ടനെ മാത്രം തൊട്ടിട്ടില്ല. പക്ഷേ, അവന് ചാത്തുണ്ണ്യേട്ടനെയും ഇഷ്ടമല്ല. വളഞ്ഞ രീതിയിലാണവൻ വളരുന്നത്. മുതലാളിമാരെയൊക്കെ കൈയിൽ വച്ചുകൊണ്ടാണവന്റെ പോക്ക്. അവനെങ്ങോട്ടെങ്കിലും പോട്ടെ. ഇക്കാര്യത്തിൽ കയറി ഇടപെടാതിരുന്നാൽ മതിയായിരുന്നു.

മൂന്നാം ദിവസം സന്ധ്യയ്ക്ക് ചാത്തുണ്ണ്യേട്ടൻ ശങ്കരൻകുട്ടിയെ സമീപിച്ചു. ചാത്തുണ്ണ്യേട്ടൻ വരുമെന്ന് ശങ്കരൻകുട്ടിക്കറിയുമായിരുന്നു. ചുരുട്ടു പുകച്ചുകൊണ്ട് നീയെന്തെങ്കിലുമൊന്ന് പറയെടാ എന്ന ഭാവത്തിൽ ചാത്തുണ്ണ്യേട്ടൻ ശങ്കരൻകുട്ടിയുടെ മുമ്പിൽ നിന്നു. ചാത്തുണ്ണ്യേട്ടനങ്ങ് തീരുമാനിച്ചോ എന്ന ഭാവത്തിൽ ശങ്കരൻകുട്ടിയും നിന്നു.

ആണായാൽ തീരുമാനമെടുക്കാൻ കഴിയണം. മനുഷ്യൻ ആണാവുന്നത് തീരുമാനമെടുക്കുമ്പോഴാണ്. അങ്ങനെ ആലോചിച്ചപ്പോൾ ചാത്തുണ്ണ്യേട്ടന് ഉള്ളിലൊരു ഭയം തോന്നി.

ഈ മൗനം നീണ്ടുപോകുന്നത് ചാത്തുണ്ണ്യേട്ടന് അസഹ്യമാവുകയായിരുന്നു. എന്തു തീരുമാനിച്ചു ശങ്കരൻകുട്ട്യേ എന്ന് കല്ലെടുത്തെറിയുമ്പോലെ അങ്ങ് ചോദിച്ചു. ചാത്തുണ്ണ്യേട്ടനങ്ങ് തീരുമാനിച്ചോ എന്ന് ശങ്കരൻകുട്ടിയും പറഞ്ഞു. അപ്പോൾ ചാത്തുണ്ണ്യേട്ടനൊന്ന് കുലുങ്ങിച്ചിരിച്ചു. അവനൊതുങ്ങി. ചാത്തുണ്ണി ഒരിക്കലും തോറ്റിട്ടില്ല. ചുരുട്ട് ആഞ്ഞാഞ്ഞ് വലിക്കുന്നതിനിടയിൽ ഒരു മറയിലൂടെയെന്നപോലെ ശങ്ക

രൻകുട്ടിയെ സ്നേഹത്തോടെ നോക്കി. അന്നേരം ശങ്കരൻകുട്ടി ഒരു കൊച്ചുകുഞ്ഞിനെപ്പോലെയായിപ്പോയി.

ബാക്കിയെല്ലാം ഞാൻ നോക്കിക്കൊള്ളാമെന്ന് മനസിൽ പറഞ്ഞുകൊണ്ട് ചാത്തുണ്ണ്യേട്ടൻ പോയി. താൻ ഇക്കാര്യത്തിൽ ജയിച്ചുവെന്നൊരു തോന്നൽ ചാത്തുണ്ണ്യേട്ടനുണ്ടായിരുന്നു.

ആറാം നമ്പർ പട്ടഷാപ്പിനുമുമ്പിലെത്തിയപ്പോൾ അങ്ങോട്ടുകയറി. നിന്നനിൽപ്പിൽ നിന്നുതന്നെ ഇരുന്നൂറ് ചാരായം അകത്താക്കി. ഒരുവേവിച്ചമുട്ടയും വാങ്ങിത്തിന്നു പുറത്തിറങ്ങി. കുറെദൂരം നടന്നു. തീരെ അങ്ങ് ഏശുന്നില്ലല്ലോ. വെറുപ്പുതോന്നി. വെറും പച്ചവെള്ളം. ഒരു നൂറുകൂടി പിടിച്ചു നോക്കാമായിരുന്നു.

ചാത്തുണ്ണ്യേട്ടൻ നേരെ അവ്വേക്കർ മുതലാളിയുടെ പീടികയിൽ കയറിച്ചെന്നു. മുതലാളി ക്യാഷിൽത്തന്നെ മലർന്നു കിടക്കുന്നുണ്ട്. മുതലാളിയുടെ മുമ്പിലെത്തിയപ്പോൾ ചാത്തുണ്ണ്യേട്ടൻ തലയിൽ കെട്ടിയ മുണ്ടെടുത്ത് തോളത്തിട്ടു. എന്നിട്ട് ആദരവോടെ നിന്നു. തിരക്കില്ലാത്ത നേരത്ത് ചാത്തുണ്ണിയെ സംസാരിക്കാൻ കിട്ടുന്നത് മുതലാളിക്കൊരു രസമാണ്. ചാത്തുണ്ണി കിറുങ്ങിയാണ് വരുന്നതെങ്കിൽ ബഹുരസമാവും.

മുതലാളി ചോദിച്ചു: "ചാത്തുണ്ണ്യേ നിന്റെ ബോൺവിറ്റയൊക്കെ കഴിഞ്ഞോ?"

അപ്പുറത്തും ഇപ്പുറത്തും ചിരിപൊട്ടി.

ഇരുനൂറുമില്ലി അകത്താക്കിയിട്ട് തലയ്ക്കടുത്തൂടെ ഒരു ഈച്ച പറന്നുപോയതായിപ്പോലും തോന്നുന്നില്ലെന്ന് ചാത്തുണ്ണ്യേട്ടൻ പറഞ്ഞു: ചാരായത്തിലും കാണും ചാത്തുണ്ണ്യേ മായം എന്നു പറഞ്ഞ് മുതലാളി ചിരിച്ചു.

മദ്യത്തിന്റെയൊക്കെ വീര്യംപോയി എന്ന വിശ്വാസത്തിലാണ് ചാത്തുണ്ണ്യേട്ടൻ. പണ്ടത്തെ ചാരായം തീക്കാറ്റുപോലെയായിരുന്നു. അരഗ്ലാസങ്ങു ചെല്ലുമ്പോൾ തലയ്ക്കകത്ത് തീവണ്ടികളോടാൻ തുടങ്ങും. ആനയുടെ ശക്തിയായിരിക്കും. ഏതു മല്ലനെയും നേരിടാൻ കഴിയും. അക്കാലമെല്ലാം പോയി. ചാത്തുണ്ണ്യേട്ടൻ മദ്യത്തിന്റെ കാര്യത്തിൽ വളരെ ദുഃഖിതനായിത്തീർന്നിരിക്കുകയാണ്.

പിന്നെ മുതലാളി ചാത്തുണ്ണ്യേട്ടനോട് നാട്ടുകാര്യങ്ങൾ പലതും ചോദിച്ചു. അവ്വേക്കർ മുതലാളിയുടെ വിനോദങ്ങളിലൊന്നാണത്. ചാരായമടിച്ച ചാത്തുണ്ണ്യേട്ടനെ മുമ്പിൽ കിട്ടിയാൽ ആർക്കുമൊരു കുരുങ്ങുകളി കാണാം. മനസിന്റെ വാതിലും തുറന്നിട്ടിട്ടാണ് ചാത്തുണ്ണ്യേട്ടൻ നടക്കുന്നത്. ചാരായമടിച്ചാൽ മനസിന്റെ ചുമരുകളും ഇടിഞ്ഞുവീഴും. ഇക്കാലത്തെ ചാരായത്തിന് മനസിന്റെ ചുമരുകളിടിക്കാൻ കഴിയുന്നില്ല എന്നത് ചാത്തുണ്ണ്യേട്ടനെ സംബന്ധിച്ചിടത്തോളം ഒരു ദുഃഖം തന്നെയാണ്.

അവ്വേക്കർ മുതലാളിയെ നാട്ടിലെ കഥകളും രഹസ്യങ്ങളുമറിയിക്കുന്നത് ചാത്തുണ്ണ്യേട്ടനാണ്. അങ്ങാടിയിലെ ശാന്തമ്മ മുതൽ തഹസിൽദാർ ജാനകിക്കുട്ടിവരെയുള്ളവരുടെ രഹസ്യങ്ങൾ ചാത്തുണ്ണ്യേട്ടൻ

കൊണ്ടുവരും. ആ കഥകൾ അവ്വേക്കർ മുതലാളി ഫോണിലൂടെ പലേടത്തും എത്തിക്കും.

ആരുടെയെല്ലാമോ രഹസ്യങ്ങൾ അന്നും ചാത്തുണ്ണ്യേട്ടൻ പറഞ്ഞു കൊടുത്തു. മുബാറക്കങ്ങാടിയിലെ പുതിയ പൂക്കാരിയായിരുന്നു അന്നത്തെ സംസാരവിഷയം. ആ വെളുത്ത തമിഴത്തിയോട് മുതലാളിക്കൊരു പ്രിയമുണ്ടെന്ന് ചാത്തുണ്ണ്യേട്ടനറിയാം.

എങ്ങനെയോ ആ സംഭാഷണം ശങ്കരൻകുട്ടിയിലേക്കു വന്നു. അപ്പോൾ ചാത്തുണ്ണ്യേട്ടൻ ഇടയ്ക്ക് കയറിപ്പറഞ്ഞു: "മൊതലാളീ, ശങ്കരക്കുട്ടീനെക്കൊണ്ട് ഞാനൊര് സമ്മന്തം ചെയ്യിക്കാം പോകാ."

"പെണ്ണ് എന്റെ കയ്യില്ണ്ട്. നമ്മളെ... മൂലപ്പറമ്പത്തെ രാമൻ വൈദ്യരെ മോള്."

അവ്വേക്കർ മുതലാളി കണ്ണ് കൂർപ്പിച്ചൊന്ന് ചത്തുണ്ണ്യേട്ടനെ നോക്കിക്കൊണ്ട് ചോദിച്ചു: "രാമൻ വൈദ്യരെ മോളെ ഇവന് കൊടുക്കോ?"

"ങാ... അതും അതിലപ്പൊറോം ചാത്തുണ്ണി വിചാരിച്ചാ നടക്കും." അതു പറഞ്ഞ് ചാത്തുണ്ണ്യേട്ടൻ ഒന്നു ഞെളിഞ്ഞു നിന്നു.

"ബോൺവിറ്റേപ്പറയ്യാണോ ചാത്തുണ്ണ്യേ?" മുതലാളി ചോദിച്ചു.

"ചാരായം വയറ്റില്. കാര്യം തലേല്." എന്നുപറഞ്ഞ് ചാത്തുണ്ണ്യേട്ടൻ ആ വിഷയം മാറ്റിക്കളഞ്ഞു.

പക്ഷേ, അവ്വേക്കർ മുതലാളിക്കത് വിശ്വസിക്കാൻ കഴിഞ്ഞില്ല. ഒരുകാലത്ത് നാട് കുലുക്കിയ കുടുംബമാ രാമൻ വൈദ്യരുടേത്. മൂലപ്പറമ്പത്തെ മൂലയിലെ ഒരു പിടി മണ്ണിനുണ്ടോ ഈ ചെക്കൻ. "ചാത്തുണ്ണി എന്തായിപ്പറേന്നെ. ആന ആട്ടാലെച്ചെല്ലോ. ഇനി ചെലപ്പം പെണ്ണിന് വല്ല കുഴപ്പോം...?"

എട്ടര മണിയാവുമ്പോഴേക്കും ചാത്തുണ്ണ്യേട്ടൻ പലരോടും ഇതു പറഞ്ഞു. പത്തുമണിയോടുകൂടി കുലച്ചന്തയിലുമറിഞ്ഞു. ഇനി കുലച്ചന്തയിലെ സംസാരം ശങ്കരൻകുട്ടിയെ പറ്റിയായിരിക്കും.

ചാത്തുണ്ണ്യേട്ടൻ പൂമരച്ചോട്ടിലിരുന്നാലോചിക്കുകയായിരുന്നു. കല്യാണമായിട്ടൊന്നും വേണ്ട. സമ്മന്തം തന്നെ മതി. ഏഴാണുങ്ങളങ്ങ് ചെല്ലും. നിലവിളക്കിനു മുമ്പിൽ വച്ച് പുടവ കൊടുക്കും. മോതിരം മാറും. സമ്മന്തം ഉറപ്പിക്കും. മുമ്പേ പേരിന് ശങ്കരൻകുട്ടിയെ മൂലപ്പറമ്പത്തൊന്നു കൂട്ടിക്കൊണ്ടു പോകണം. ഒരു പെണ്ണുകാണലെങ്കിലും വേണ്ടെ? വൈദ്യരൊന്നിങ്ങോട്ടു വരണം. ചിരുതാമ്മയെ കണ്ട് ഒന്നു മുറുക്കി തിരിച്ചു പോട്ടെ. പെറ്റത് ചിരുതാമ്മയല്ലെങ്കിലും ശങ്കരൻകുട്ടിയുടെ അമ്മ ചിരുതാമ്മയാണ്.

എല്ലാം തീരുമാനിക്കുന്നതിനിടയിലും എന്തോ ഒരു ഭയം ചാത്തുണ്ണ്യേട്ടന്റെ മനസിനകത്ത് കിടക്കുകയാണ്. വീണ്ടും ചാരായഷാപ്പിലേക്കുതന്നെ നടന്നു. അന്ന് ചാത്തുണ്ണ്യേട്ടൻ ഉറങ്ങിയത് അവിടെത്തന്നെയാണ്.

പിറ്റേന്നു കാലത്ത് മുതൽ ശങ്കരൻകുട്ടി സമ്മന്തം കഴിക്കാൻ

പോകുന്ന കാര്യം അങ്ങാടിയിലെ തൊഴിലാളികൾക്കിടയിൽ പരക്കുകയായിരുന്നു. പെണ്ണേതാണെന്നറിഞ്ഞപ്പോൾ ചിലർക്ക് അസൂയ തോന്നി. ചിലർക്കത്ഭുതമായിരുന്നു. ചിലരത് വിശ്വസിച്ചില്ല. ചാത്തുണ്ണ്യേട്ടന്റെ പൂവെടിയായിരിക്കുമെന്ന് പറഞ്ഞവരുമുണ്ട്.

ശങ്കരൻകുട്ടി ഒരു ഭാഗ്യവാനാണല്ലോ. ഒറ്റയടിക്കാണല്ലോ ശങ്കരൻകുട്ടിയുടെ കേറ്റം. ബി എ പഠിച്ച പെണ്ണെന്തിനാ ഇവന്. ശങ്കരൻകുട്ടീന്റെ തടി കണ്ട് രാമൻ വൈദ്യരങ്ങ് മോഹിച്ചതായിരിക്കും. ബിർളേന്റെ പെണ്ണിന് കിട്ട്വോ ഇങ്ങനെയൊരു തടി. ഇവനേനി രാമൻ വൈദ്യരെ മോള് അങ്ങാടിലേക്ക് വിട്വോ. അങ്ങാടിയിലിങ്ങനെയോരോ സംശയങ്ങളും ചിന്തകളും പൊങ്ങിവരികയായിരുന്നു.

മാധവൻ ഈ വിവരമറിഞ്ഞപ്പോൾ ആദ്യം കാർക്കിച്ചുതുപ്പി. ശങ്കരൻകുട്ടിയെ കടൽപ്പാലത്തിനടുത്തോ സ്റ്റേഡിയത്തിലോ കൂട്ടിക്കൊണ്ടുപോയി പൊതിരെ അടിക്കാനാണ് തോന്നിയത്. അടികൊടുത്തിട്ട് കാര്യം ചോദിക്കണം.

ചാത്തുണ്ണ്യേട്ടന്റെ കളി ഇതോടുകൂടി അവസാനിപ്പിക്കണമെന്ന് മാധവൻ തീരുമാനിക്കുകയായിരുന്നു. ഇതുവരെ ഇക്കാര്യം ശങ്കരൻകുട്ടിയും ചാത്തുണ്ണ്യേട്ടനും സംസാരിച്ചിട്ടില്ല. മാധവൻ നേരെ അവ്വേക്കർ മുതലാളിയുടെ ഗോഡൗണിനടുത്തേക്ക് നടന്നു. ചാത്തുണ്ണ്യേട്ടൻ അരിപെറുക്കുകയായിരുന്നു. മാധവൻ പാഞ്ഞുചെന്ന് ചാത്തുണ്ണ്യേട്ടന്റെ കണ്ണിലേക്ക് തുറിച്ചുനോക്കി. തോളിലെ തോർത്തെടുത്ത് തലയിൽ കെട്ടിക്കൊണ്ട് പറഞ്ഞു.

“ചാത്തുണ്ണ്യേട്ടാ അവന്റെ തലയില് വച്ച് കൊടുത്താ, ചാത്തുണ്ണ്യേട്ടന്റെ തല പൊഴേ കെടക്കും.”

കൊടുങ്കാറ്റിനെ മുറിച്ചു കടന്നു പോകുന്ന ഒരു ചൂട്ടുപോലെ മാധവൻ തിരിച്ചുപോന്നു.

മൂന്ന്

പുലർകാലത്തെ ഇളംകാറ്റാണ് അന്ന് ശങ്കരൻകുട്ടിയെ തട്ടിവിളിച്ചത്. അവൻ എഴുന്നേറ്റിരുന്നു ചുറ്റും നോക്കി. ചിരുതാമ്മയും ആടുകളും ഉറങ്ങുകയാണ്. കുറേനേരം കിഴക്കോട്ടു നോക്കി ചൂടിക്കട്ടിലിൽ തന്നെ ഇരുന്നു. നീലത്തിരശ്ശീലപോലെ കനകമല കാണാമായിരുന്നു. അങ്ങനെ കനകമല നോക്കിയിരിക്കെ പുഴയിലൊന്നു നീന്തിക്കുളിക്കണമെന്നു തോന്നി. പുഴയിലിറങ്ങി കുളിച്ചിട്ട് കുറെ ദിവസങ്ങളായി. രാവിലെയുള്ള പുഴയിലെ കുളിയായിരുന്നു ശങ്കരൻകുട്ടിയുടെ ഒരു സുഖം. ആ സുഖം എങ്ങനെയോ അകന്നുപോയി. എന്തിനെന്നറിയില്ല അന്നത്തെ പ്രഭാതം ആ സുഖത്തിന്റെ ഓർമകൾ ശങ്കരൻകുട്ടിയുടെ മനസിലേക്ക് കൊണ്ടുവന്നത്.

അവന്റെ മനസിനു മുമ്പിൽ ആഴിപ്പുഴ ഒഴുകുകയായിരുന്നു. ഒരുകരയിൽനിന്ന് മറ്റേ കരയിലേക്ക് അവൻ നീന്തിക്കൊണ്ടുമിരുന്നു. പ്രഭാതത്തിലെ കാക്കകൾ പകലിനെ വിളിച്ചു കരഞ്ഞുകൊണ്ട് പറന്നുപോകുന്നു. ആകാശത്ത് നീലമേഘങ്ങളലയുന്നു. ശങ്കരൻകുട്ടിയും ആ പ്രഭാതത്തിന്റെ ഭാഗമായി മാറുകയായിരുന്നു. പുഴയിൽ നീന്തിക്കൊണ്ടിരുന്ന അവൻ തലയൊന്നു കുടഞ്ഞു. അപ്പോൾ അവന്റെ കണ്ണുകൾ കിഴക്കനാകാശത്തിനുനേരെ ഒരുനിമിഷം പാഞ്ഞുചെന്നു. അവിടെ നിറങ്ങൾ ഓടിക്കളിക്കുകയായിരുന്നു. കനകമലയ്ക്കപ്പുറത്തുനിന്ന് ഒരു വെളിച്ചം പൊങ്ങുകയായിരുന്നു. ആഴിപ്പുഴ വരുന്നതും കനകമല ഇറങ്ങിയാണ്. മലയും പ്രഭാതവും ആകാശവും അവനെ സ്വപ്നങ്ങളിലേക്ക് തള്ളുകയായിരുന്നു. പണ്ടൊന്നും ഉണർന്നിരിക്കുമ്പോൾ അവൻ സ്വപ്നം കാണാറുണ്ടായിരുന്നില്ല. അവന്റെ സ്വപ്നങ്ങളിൽ പക്ഷികൾ വന്നു പാടാറില്ല. മേഘങ്ങളൊഴുകാറില്ല. പൂക്കൾ വിരിയാറില്ല. മുബാറക്കങ്ങാടിയിൽ

വിയർപ്പൊഴുക്കി ജീവിക്കുന്ന മനുഷ്യരുടെ ജീവിതയാത്രകൾ മാത്രമായിരുന്നു അവന്റെ സ്വപ്നങ്ങളിലും അവനുണ്ടായിരുന്നുള്ളൂ. സ്വപ്നങ്ങളിലും അവനും അവന്റെ കൂട്ടുകാരും ചരക്കിറക്കുകയായിരിക്കും. മുബാറക്കങ്ങാടി ചുറ്റിത്തിരിയുകയായിരിക്കും.

ശങ്കരൻകുട്ടി കൈയും കാലും കുടഞ്ഞെഴുന്നേറ്റു. അകത്തുപോയി എണ്ണതേച്ച് സോപ്പുമെടുത്ത് പുറത്തിറങ്ങി. ഇനി എല്ലാ ദിവസവും ഈ നേരത്ത് പുഴയിൽ പോയി കുളിക്കണമെന്നവൻ തീരുമാനിച്ചു.

പുഴക്കരയിലെത്തിയപ്പോൾ അവന്റെ മനസിൽ കുളിർകാറ്റടിച്ചു. സന്തോഷവും സുഖവും. ആദ്യം കൈക്കുടന്നയിൽ വെള്ളം കോരി വായിലേക്കൊഴിച്ചു. പിന്നെ പുഴയിലേക്കെടുത്തു ചാടുകയായിരുന്നു. ശരീരം വെള്ളത്തിലായപ്പോൾ അവന്റെ പ്രായം ആഴിപ്പുഴ ഏറ്റുവാങ്ങി. അവനെ ഒരു കുഞ്ഞിനെപ്പോലെ പുഴ മാറോടു ചേർത്തു. പുഴയെ മുത്തമിട്ടു കൊണ്ട് നീന്താൻ തുടങ്ങി. പുഴയെ അവൻ അടിച്ചുടക്കുകയായിരുന്നു. പുഴയുടെ മാറിലിടിച്ചുകൊണ്ട് അവനാഹ്ലാദിച്ചു. ഒരുതവണ അവനക്കരെ നീന്തിച്ചെന്നു. ചകിരിപ്പണിക്കുപോകുന്ന പെണ്ണുങ്ങൾ ശങ്കരൻകുട്ടിയെ ഒളികണ്ണിട്ടുനോക്കി.

പുഴയിൽ നീന്തിയിട്ടും നീന്തിയിട്ടും അവന് പൂതി മാറുന്നില്ല. കുറേ നേരം വെള്ളത്തിൽ മലർന്നുകിടന്നു. കനകമല കയറി വന്ന സൂര്യൻ പുഴയിൽ വീണുകൊണ്ടിരുന്നു.

പുഴയിൽ കുളിക്കാൻ ആണും പെണ്ണും വന്നെത്തി. കുളികഴിഞ്ഞു തോർത്തുമ്പോൾ പുഴയോരത്തൂടെ അങ്ങ് ദൂരെ ഒന്നുനോക്കിപ്പോയി. രാമൻ വൈദ്യരുടെ വീടായിരുന്നു അപ്പോൾ മനസിൽ. ഓട്ടുകമ്പനിക്കപ്പുറത്താണ് വീട്. ശങ്കരൻകുട്ടി കുറേനേരം അങ്ങോട്ടുതന്നെ നോക്കിനിന്നു. തന്റെ മനസും ജീവിതവും അങ്ങോട്ടു നടക്കുന്നതുപോലെ തോന്നി.

ശങ്കരൻകുട്ടി കുളികഴിഞ്ഞു തിരിച്ചുപോരുമ്പോൾ രാമൻ വൈദ്യരും സുമതിയും മനസിലൂടെ നടക്കുന്നുണ്ടായിരുന്നു. സുമതിയെ അവൻ നോക്കുകയായിരുന്നു. പലപ്പോഴും അവളെ കണ്ടിട്ടുണ്ട്. പക്ഷേ, അവളുടെ ചിത്രം മനസിലൊന്നുമില്ല. അവളുടെ മുടി എങ്ങനെയിരിക്കും? അവൾ ചിരിക്കുന്നതെങ്ങനെയായിരിക്കും?

ശങ്കരൻകുട്ടിക്ക് പെണ്ണുങ്ങളുടെ നീളമുള്ള മുടി ഇഷ്ടമാണ്. നീളമുള്ള മുടി വിതറിയിട്ടു നടക്കുന്ന പെണ്ണുങ്ങളെ കാണുമ്പോൾ അവന്റെ മനസിളകാറുണ്ട്. കണ്ണുകൊണ്ടും മുടികൊണ്ടുമാണ് പെണ്ണ് പെണ്ണാകുന്നത്. ഹൃദയമില്ലാത്തവരുടെ കണ്ണിന് ഭംഗിയുണ്ടായിട്ടെന്താ കാര്യമെന്നും ശങ്കരൻകുട്ടി ആലോചിച്ചു. സുമതിയുടെ കണ്ണുകളിൽ ഒരിക്കലും നോക്കേണ്ടി വന്നിട്ടില്ല.

സുമതിയെക്കുറിച്ചുള്ള ചിന്തകൾ പെട്ടെന്നു മുറിഞ്ഞുപോയി. രക്തസാക്ഷി മണ്ഡപത്തിനടുത്തുകൂടി നാരായണൻ മാഷ് നടന്നുവരികയായിരുന്നു. മാഷെ ശങ്കരൻകുട്ടിക്ക് വലിയ ബഹുമാനമാണ്. വേഗം നടന്നടുത്ത് മാഷ് ശങ്കരൻകുട്ടിയുടെ മുമ്പിൽ കുട കുത്തിപ്പിടിച്ചുനിന്നു. എന്നിട്ട്

ഉള്ളിലെന്തൊക്കെയോ വച്ചൊന്നു ചിരിച്ചു. ശങ്കരൻകുട്ടി ആദരവോടെ അങ്ങോട്ടും ചിരിച്ചു.

"കേട്ടതെല്ലാം ശരിയാണോ ശങ്കരൻകുട്ട്യേ?" മാഷ് ചോദിച്ചു.

ശങ്കരൻകുട്ടി ഒന്നും മിണ്ടിയില്ല. മാഷ് വീണ്ടും ചോദിച്ചു: "നീ സമ്മന്തം ചെയ്യാൻ പോകുന്നുന്ന് കേട്ടല്ലോ."

ശരിയാണ് മാഷേ എന്ന അർഥത്തിൽ ശങ്കരൻകുട്ടി ഒന്നു ചിരിച്ചു. അപ്പോൾ നാരായണൻ മാഷിന്റെ മുഖം ഒന്നുമങ്ങി. ഇവനൊരു കഴുതയാണെന്ന തോന്നലാണ് നാരായണൻ മാഷുക്കുണ്ടായത്. ഈ വർഗത്തിന് ബുദ്ധി ഉപദേശിച്ചിട്ടൊന്നും കാര്യമില്ല. മോഹങ്ങളാണ്, മോഹങ്ങൾ. വലിയ വീട്ടിൽനിന്ന് സമ്മന്തം ചെയ്ത വലിയവനാകാനുള്ള മോഹം. ആരാ ഈ രാമൻ വൈദ്യരൊക്കെ? ഇവനൊരു അധ്വാനിച്ച് ജീവിക്കുന്ന പെണ്ണ് പോരെ? രാമൻവൈദ്യരുടെ വീട്ടിൽച്ചെന്ന് ഇവനീ നല്ലൊരു തടിയും വച്ച് അടിമയാകണോ?

"ശങ്കരൻകുട്ട്യേ, നീ കല്യാണം കഴിക്കുന്ന പെണ്ണ് നിന്റെ കൊക്കിലൊതുങ്ങുന്നതായിരിക്കണം. കൊക്കിലൊതുങ്ങാത്തത് താഴെ വീഴും?" നാരായണൻ മാഷ് ഒരു വലിയ സത്യം പറഞ്ഞെന്നമട്ടിൽ ചിരിച്ചു. വീണ്ടും വീണ്ടും ചിരിച്ചു. ശങ്കരൻകുട്ടി ഒരുവലിയ പരിഹാസമായി നാരായണൻ മാഷിന്റെ മനസിൽ വളരുകയായിരുന്നു. മാഷ് ചോദിച്ചു: "നിനക്ക് ചുമട്ടുകാരൻ വേലായുധന്റെ ഓട്ടുകമ്പനിയിൽ ജോലിക്കു പോകുന്ന മകൾ രാധയെ അറിയ്യോ?"

"അറിയാം."

"പൂ വിൽക്കുന്ന ജാനകി അമ്മയുടെ മകൾ ജയന്തിയെ അറിയ്യോ?"

"അറിയാം."

"നിന്റെ കൂടെ ജോലി ചെയ്യുന്ന കണ്ണന്റെ മകൾ ശാരദയെ അറിയ്യോ?"

"അറിയാം."

"നിന്റെ വീട്ടിന്റെ മുമ്പിലുള്ള തുന്നക്കാരൻ കുമാരന്റെ മകൾ ശാന്തിയെ അറിയ്യോ?"

"അറിയാം."

"അങ്ങാടിയിൽ ജോലി ചെയ്യുന്ന കൗസല്യയെ അറിയ്യോ?"

"അറിയാം."

അറിഞ്ഞിട്ടെന്തു കാര്യം എന്ന് ഇത്തിരി അമർഷത്തോടെ പറഞ്ഞിട്ട് നാരായണൻ മാഷ് നടന്നു. ശങ്കരൻകുട്ടിക്ക് ആദ്യമൊന്നും മനസിലായില്ല. രാധ, ജയന്തി, ശാരദ, ശാന്തി, കൗസല്യ ഇവരെല്ലാം തന്റെ ആരാണ്? ഈ പേരുകളൊക്കെ രാവിലെതന്നെ വിളിച്ചു പറയാനുള്ള കാരണമെന്ത്? ഒരു വലിയ കാര്യവും പറഞ്ഞു മാഷങ്ങ് കടന്നുപോയല്ലോ. നാരായണൻ മാഷോടു ഒന്നും ചോദിക്കാനും കഴിഞ്ഞില്ല. ഇനി മാഷോടു ചോദിക്കാനും കഴിയില്ല. മാഷ് ഗുരുവാണ്. സ്നേഹിക്കാൻ മാത്രമേ അദ്ദേഹത്തി

നറിയൂ. ഒന്നും തെളിച്ചുപറഞ്ഞില്ലല്ലോ മാഷ്. എന്തിനാണിങ്ങനെ വേദനിപ്പിച്ചുകൊണ്ട് മാഷ് കടന്നുപോയത്?

പുഴക്കരയിൽ ഐരാണിപ്പാടത്തിന്റെ വരമ്പിലിരുന്ന് നാരായണൻമാഷ് ശങ്കരൻകുട്ടിയെ എഴുതാനും വായിക്കാനും പഠിപ്പിച്ചിട്ടുണ്ട്. അക്ഷരം പഠിച്ചതൊരാഹ്ലാദമായിരുന്നു. ശങ്കരൻ കുട്ടിയെ മനുഷ്യനാക്കിയതിൽ ആ അക്ഷരങ്ങൾക്ക് പങ്കുണ്ട്. മാഷോടുള്ള ബഹുമാനവും സ്നേഹവും ഒരിക്കലും കുറയുകയില്ല. പക്ഷേ, ഇന്നത്തെ ഈ പറച്ചിൽ. എന്തെങ്കിലും പറയാനുണ്ടെങ്കിൽ നേരെയങ്ങ് പറഞ്ഞുകൂടെ?

ശങ്കരൻകുട്ടിക്ക് വെറുപ്പും വേദനയും വന്നു. തിരിഞ്ഞുനിന്നുനോക്കുമ്പോൾ ഐരാണിപ്പാടവും കഴിഞ്ഞ് മാഷ് റോഡിലേക്കു കയറിക്കഴിഞ്ഞിരുന്നു. അറിയാതെ ശങ്കരൻകുട്ടി പുഴയിലേക്ക് നീട്ടിത്തുപ്പിപ്പോയി.

എന്തോ കുഴപ്പമുണ്ട്. നാരായണൻമാഷിന് എന്തൊക്കെയോ പറയാനുണ്ട്. പറഞ്ഞില്ലല്ലോ.

ഇന്നലെ വൈകുന്നേരം മാധവൻ പറഞ്ഞ കാര്യം കൂടി ഓർത്തപ്പോൾ ശങ്കരൻകുട്ടിയുടെ മനസ്സ് വല്ലാതെ കലങ്ങുകയായിരുന്നു. കുളിയുടെ സുഖമെല്ലാംപോയി. മനസിലെന്തോ പൊരിയുന്നു. പ്രഭാതവും തീരുകയായിരുന്നു. പിന്നിൽ നിന്നൊരു കാലനക്കം കേട്ട് ശങ്കരൻകുട്ടി തിരിഞ്ഞുനോക്കുമ്പോൾ രാധ നിന്നു ചിരിക്കുന്നു. അവൾ ഓട്ടു കമ്പനിയിലേക്ക് പോവുകയാണ്. രാധയെ കണ്ടിട്ടെത്ര മാസങ്ങളായി, ശങ്കരൻകുട്ടി ഓർത്തു. സന്തോഷത്തോടെ അവൻ അവളെ കൺകുളിർക്കെ നോക്കുകയായിരുന്നു. വെളിച്ചം വിതറുന്ന ഒരു ചൂട്ടുപോലെ അവൾ ശങ്കരൻകുട്ടിയുടെ പിന്നിൽ നടന്നു. രാധ തലയിൽ ചൂടിയ മുല്ലപ്പൂവിന്റെ മണം ശങ്കരൻകുട്ടിയെ തഴുകിക്കൊണ്ട് വഴിയിലൂടെ അലഞ്ഞു.

"രാധയ്ക്ക് ധൃതിയുണ്ടെങ്കിൽ മുമ്പിൽക്കേറി നടന്നോളൂ." ശങ്കരൻകുട്ടി പറഞ്ഞു. പക്ഷേ, രാധ മുന്നിൽക്കയറി നടന്നില്ല. ആണുങ്ങളുടെ മുന്നിൽ നടക്കാൻ പഠിച്ച പെണ്ണല്ല രാധ.

വിശേഷങ്ങളൊന്നുമില്ലേ രാധേ എന്നു ശങ്കരൻകുട്ടി ചോദിച്ചു. അതിന് മറുപടി വെറുമൊരു നാടൻ ചിരിയായിരുന്നു. പൊട്ടിവന്ന ചിരി പൊത്താൻ കൈ വായിലേക്കുയർന്നപ്പോൾ അവളുടെ കുപ്പിവളകൾ കിലുങ്ങി. ആ വളകൾ ഒരുനിമിഷം ശങ്കരൻകുട്ടിയുടെ മനസിലും വെറുതെ കിലുങ്ങി. രാധയുടെ ചിരി പണ്ടേ ശങ്കരൻകുട്ടിക്കിഷ്ടമാണ്. അവളുടെ അരിമുല്ലപ്പല്ലുകൾ സുഖകരമായ ഒരോർമയാണ്. ഓട്ടുക്കമ്പനിയിൽ പോകാൻ തുടങ്ങിയതിനുശേഷം അവളെ അധികം സംസാരിക്കാനൊന്നും കിട്ടാറില്ല. വലുതായപ്പോൾ ശങ്കരൻകുട്ട്യേട്ടനോടുള്ള രാധയുടെ ബന്ധം വെറുമൊരു ചിരിയിലൊതുങ്ങുകയായിരുന്നു.

"ശങ്കരങ്കുട്ട്യേട്ടന് കല്യാണണ്ടെന്നു കേട്ടല്ലോ." രാധ ചോദിച്ചു. ശങ്കരൻകുട്ടി എന്തെങ്കിലും പറയുന്നതിനുമുമ്പേ രാധ വീണ്ടും സംസാരിച്ചു തുടങ്ങി: "ശങ്കരങ്കുട്ട്യേട്ടാ, ഞാനും സുമതീം പത്തുവരെ ഒന്നായിപ്പഠിച്ചതാ. ഞാൻ പത്താംക്ലാസിൽ തോറ്റപ്പോൾ അവളൊരുത്തിയേ കരഞ്ഞി

ട്ടുള്ളൂ. സുമതീന്റെ നെഞ്ചുനിറയെ സ്നേഹാ, സുമതി നല്ലോരുത്തിയാ ശങ്കരങ്കുട്ട്യേട്ടാ."

ശങ്കരൻകുട്ടി എല്ലാം കേൾക്കുകയായിരുന്നു. പിന്നെ ഇരുവരും ഒന്നും സംസാരിക്കാതെയാണ് കുറെദൂരം നടന്നത്. രാധയുടെ വളകൾ ഇടയ്ക്കിടെ കിലുങ്ങിയിരുന്നു. രാധ ഒരു കൊച്ചു പെൺകുട്ടിയായിരുന്നപ്പോൾ ശങ്കരൻകുട്ടി അവൾക്ക് കരിവളകളും കൺമഷിയും വാങ്ങിക്കൊടുക്കാറുണ്ടായിരുന്നു. വലുതാകുന്തോറും അവൾ അകലുകയായിരുന്നു. തനിക്ക് രാധയെപ്പോലൊരു പെങ്ങളെ ശങ്കരൻകുട്ടി അന്നൊക്കെ സ്വപ്നം കാണാറുണ്ട്.

പെട്ടിപ്പാലത്തിനടുത്തെത്തിയപ്പോൾ രാധ യാത്ര ചോദിച്ചു. ശങ്കരൻകുട്ടി ഒന്നു മൂളുകമാത്രം ചെയ്തു. അവന്റെ മനസിലെന്തൊക്കെയോ കുമിഞ്ഞു കൂടുകയായിരുന്നു. പുഴയോരം കഴിഞ്ഞ് വഴിതിരിയുമ്പോൾ അവൻ മനസിൽ പറഞ്ഞു: "അതുവേണ്ട എന്നു പറയാൻ മാധവനാരാ? മാധവാ... ഞാൻ എന്റേതാണ്. നാരായണൻ മാഷേ... സ്നേഹത്തോടു കൂടി വല്ലതും പറയാനുണ്ടെങ്കിൽ പറയൂ. ശങ്കരൻകുട്ടിക്ക് മറയില്ല. മാധവാ.. മനസ് തുറന്നുവച്ചേ ജീവിച്ചിട്ടുള്ളൂ."

ശങ്കരൻകുട്ടി വീട്ടിലേക്ക് കയറുമ്പോൾ ചിരുതാമ്മ ആടുകളെ അഴിച്ചുകെട്ടുകയായിരുന്നു. കുനിഞ്ഞ് കുങ്കിക്കൊരുമ്മ കൊടുത്തുകൊണ്ട് ചിരുതാമ്മ പറഞ്ഞു: "കുങ്ക്യാടേ, ശങ്കരങ്കുട്ട്യേട്ടനിന്ന് പെണ്ണ് കാണാം പോവ്വാ... ഓന്റോടിഞ്ഞീം പോ."

ശങ്കരൻകുട്ടിയുടെ യാത്ര നന്നായൊരുങ്ങിക്കൊണ്ടുതന്നെയായിരുന്നു. നിലത്തിഴയാൻ നീളമുള്ള ഡബിൾ മുണ്ട്. വെളുത്ത ടെറികോട്ടൺ കുപ്പായം. രണ്ടു വിരലിൽ മോതിരം. കുട്ടിക്കൂറ കക്ഷത്തും നെഞ്ചിലും കഴുത്തിലും വിതറി. ശങ്കരൻകുട്ടി ഒരുങ്ങിയപ്പോൾ അവിടെമാകെ ഒരു സുഗന്ധം പരന്നു. ചിരുതാമ്മ കുറേത്തവണ ആ സുഗന്ധം വലിച്ചെടുത്തു.

ശങ്കരൻകുട്ടി ചിരുതാമ്മയുടെ കാലു പിടിച്ചു തൊഴുതിട്ടാണിറങ്ങിയത്. മുറ്റത്തിറങ്ങുമ്പോൾ ചിരുതാമ്മ അവന്റെ ചെവിക്കുറ്റിയിൽ തുളസിയില തിരുകിക്കൊടുത്തു.

ചാത്തുണ്ണ്യേട്ടൻ മുമ്പിലും ശങ്കരൻകുട്ടി പിമ്പിലുമായി അവർ കോണിയിറങ്ങി. ചിരുതാമ്മ ആഹ്ലാദത്തിന്റെ ഓളങ്ങളിളകുന്ന കണ്ണുകളുമായി നിൽക്കുന്നുണ്ടായിരുന്നു. അവർ പോകുന്നതും നോക്കി ചിരുതാമ്മ കോണിക്കൽത്തന്നെ കുറേനേരം നിന്നു. ഒരു രസം തോന്നിയിട്ട് ചിരുതാമ്മ പൊട്ടിച്ചിരിച്ചു. ഓനെന്തൊരു മൊഞ്ചനാ. ചന്ദനം കടഞ്ഞതല്ലോ ഓനുണ്ടായത്.

അവരങ്ങ് ദൂരെ എത്തിയിരുന്നു. അത്രദൂരം ഒരുമിച്ചു നടന്നിട്ടും അന്യോന്യം അവരൊന്നും സംസാരിച്ചില്ല. ശങ്കരൻകുട്ടിക്ക് പലതും സംസാരിക്കണമെന്നുണ്ട്. അറുത്തുമുറിച്ച് ചിലതു ചോദിക്കണമെന്നുണ്ട്. അല്ലെങ്കിലെന്തു ചോദിക്കാൻ? ചാത്തുണ്ണ്യേട്ടനറിഞ്ഞുകൂടെ ഈ ശങ്ക

രൻകുട്ടിയെ. ഈ പാവം ശങ്കരൻകുട്ടിക്ക് ജീവിതം നൽകിയത് ചാത്തുണ്ണ്യേട്ടനാണ്. ചാത്തുണ്ണ്യേട്ടനെ മറന്നൊരു ജീവിതമില്ല. ശങ്കരൻകുട്ടിയെ മറന്ന് ചാത്തുണ്ണ്യേട്ടനുമില്ല ജീവിതം. ആയിരംഹൃദയങ്ങൾകൊണ്ട് കെട്ടപ്പെട്ട ഒരു ബന്ധമാണത്.

ശങ്കരൻകുട്ടി എന്ന ചെറുക്കനെ ചാത്തുണ്ണ്യേട്ടന് വീണുകിട്ടിയതാണ്, ടിപ്പുസുൽത്താൻ റോഡിലെ അരയാൽ ചുവട്ടിൽനിന്ന്. ട്രൗസറിട്ട ആ കുട്ടി അരയാൽ ചുവട്ടിൽ തളർന്നു കിടക്കുകയായിരുന്നു. ദൈവമായിരിക്കും അവനെ ചാത്തുണ്ണ്യേട്ടന് കാണിച്ചുകൊടുത്തത്. അന്ന് ചാത്തുണ്ണ്യേട്ടൻ കെ പി ചാത്തുണ്ണിയായിരുന്നു.

ചെറുക്കന്റെ കിടപ്പുകണ്ടപ്പോൾ ചാത്തുണ്ണി പേടിച്ചുപോയി. അടുത്തുചെന്ന് അവനെ തട്ടിവിളിച്ചു. അവൻ കണ്ണ് പാതി തുറന്നപ്പോൾ കെ പി ചാത്തുണ്ണിയുടെ മനസിനിത്തിരി ആശ്വാസമായി. അവനെ എഴുന്നേൽപ്പിച്ച് അടുത്തുള്ള ചായപ്പീടികയിൽ കൊണ്ടുപോയി വയറുനിറയെ തീറ്റിച്ചു. അവൻ ആർത്തിയോടെ കിട്ടിയതെല്ലാം തിന്നു.

വിശപ്പു മാറിയപ്പോൾ അവൻ കരയാൻ തുടങ്ങി. ഏറെനേരം ചാത്തുണ്ണി അവനോട് എന്തെല്ലാം ചോദിച്ചിട്ടും ഒരു തുമ്പും കിട്ടിയില്ല. അവൻ കരയുക മാത്രമായിരുന്നു. അവന്റെ പേര് ചങ്കരൻകുട്ടി എന്നാണെന്നു മാത്രം മനസിലാക്കാൻ കഴിഞ്ഞു.

ചെറുക്കനെ പൊലീസിലേൽപ്പിച്ചേക്കാൻ ചിലരൊക്കെ പറഞ്ഞു. ചാത്തുണ്ണിക്കതിഷ്ടമല്ലായിരുന്നു. ചാത്തുണ്ണിക്ക് ചെറുക്കനോട് അനുകമ്പയും അടുപ്പവും തോന്നി. ചെറുക്കനെ കൊണ്ടുപോകാൻ തനിക്കൊരു വീടില്ലല്ലോയെന്നോർത്തയാൾ ദുഃഖിച്ചു. ഈ ചെറുക്കനെ എന്താ ചെയ്യേണ്ടതെന്ന് ചായക്കടക്കാരൻ നാണുനായരോടു ചോദിക്കുമ്പോൾ ചാത്തുണ്ണി നിസ്സഹായനായിരുന്നു. നാണുനായർ നെറ്റി തടവിത്തടവി ആലോചിച്ചു. ചെറുക്കനിവിടെ നിന്നോട്ടെ എന്ന തീരുമാനത്തിലെത്തി. പക്ഷേ, ചെറുക്കന്റെ എല്ലാ ഉത്തരവാദിത്തങ്ങളും ചാത്തുണ്ണി ഏറ്റെടുക്കണം. ചെറുക്കൻ വല്ല തോന്ന്യാസവും കാണിച്ചാൽ ചാത്തുണ്ണി ഉത്തരവാദി. ചെറുക്കൻ വല്ലതും മോഷ്ടിച്ചുകൊണ്ടോടിപ്പോയാലും ചാത്തുണ്ണി ഉത്തരവാദി. ചാത്തുണ്ണി എല്ലാം സമ്മതിച്ചു. അങ്ങനെയൊന്നും സംഭവിക്കില്ല. അവനീ ടൗണിലങ്ങ് വളരും. ചാത്തുണ്ണി ദൈവവിശ്വാസിയാണ്. അരയാൽ ചുവട്ടിൽ നിന്നാണവനെ കിട്ടിയത്. അരയാൽ ദൈവത്തിന്റെ മരമാണ്.

ചാത്തുണ്ണിയുടെ ചെറുക്കനായി അവൻ ആ ചായപ്പീടികയിൽ വളർന്നു.

ചെറുക്കൻ മാടിനെപ്പോലെ ജോലിചെയ്യുമായിരുന്നു. അവന്റെ ശരീരം ഉറച്ചുവരികയായിരുന്നു. ഉറച്ചുറച്ച് അത് ഇരുമ്പുപോലെയായി.

അവന്റെ സ്വഭാവവും ശരീരവും എല്ലാവർക്കും ഇഷ്ടമായിരുന്നു. കെ പി ചാത്തുണ്ണിക്ക് അവൻ മോനെപ്പോലെയായിരുന്നു. ദിവസവും

ചാത്തുണ്ണി അവനെ കാണും. പറയാനൊന്നുമില്ലെങ്കിലും എന്തെങ്കിലും രണ്ട് വാചകം സംസാരിക്കും.

ആദ്യമൊക്കെ അവൻ വെറും ചാത്തുണ്ണിയുടെ ചെറുക്കനായിരുന്നു. പോകപ്പോകെ അവൻ ശങ്കരൻകുട്ടിയായി. നാണ്വായരെ കടയിലെ ശങ്കരൻ കുട്ടിയായി. നാണുനായർക്കും അവനെ വലിയ ഇഷ്ടമായിരുന്നു. അവൻ ഏറ്റവും നല്ല ചായ അടിക്കാരനായി. ഏറ്റവും നല്ല കുസിനിമാഷായി. ഏറ്റവും നല്ല സപ്ലൈയറായി. അവൻ ക്യാഷിലിരുന്നാൽ ക്യാഷിലെ പിച്ചളപ്പാത്രങ്ങൾ നിറയും. തനിക്കവനെക്കൊണ്ട് കരകേറാൻ കഴിയുമെന്ന് നാണുനായർ വിശ്വസിച്ചു. നാണുനായരുടെ ചായപ്പീടികയിൽ ശങ്കരൻകുട്ടി ഒരു വെറും പണിക്കാരനായിരുന്നില്ല. അവൻ നാണുനായരുടെ ഭാഗ്യനക്ഷത്രമായിരുന്നു. നാണുനായർ ദൈവത്തോട് പ്രാർഥിക്കുമ്പോൾ അവനുവേണ്ടിയും പ്രാർഥിക്കാറുണ്ടായിരുന്നു.

ഇങ്ങനെയെല്ലാമായിരുന്നിട്ടും കോരിച്ചൊരിയുന്ന മഴയുള്ള ഒരു രാത്രിയിൽ ഉറങ്ങാൻ കിടന്നപ്പോൾ നാണുനായരുടെ ചായപ്പീടികയിലെ ജോലി അവസാനിപ്പിക്കണമെന്ന് ശങ്കരൻകുട്ടിക്ക് തോന്നി.

നാണുനായരുടെ ഭാര്യ അമ്മുമ്മാട്ട്യാരുടെ ചില പെരുമാറ്റങ്ങൾ അവനിഷ്ടമായില്ല.

അമ്മുമ്മാട്ട്യാർ നല്ല ഒരു സ്ത്രീയായിരുന്നു. മൂന്നു മക്കളുടെ അമ്മയായ അമ്മുമ്മ്യാട്ടാർ നല്ലൊരു ചേച്ചിയായിരുന്നു. അമ്മുമ്മാട്ട്യാർക്ക് നീളമുള്ള മുടിയുണ്ടായിരുന്നു. പെണ്ണുങ്ങളോടുള്ള അവന്റെ ഇഷ്ടം തുടങ്ങിയത് അമ്മുമ്മാട്ട്യാരുടെ മുടിയിൽ നിന്നാണ്. അമ്മുമ്മാട്ട്യാരുടെ മുടി നൃത്തം വയ്ക്കുന്ന ഒരു കരിങ്കാടായിരുന്നു. അവൻ ആ മുടി കണ്ട് രസിക്കുമായിരുന്നു. പക്ഷേ, അമ്മുമ്മാട്ട്യാർ അതറിഞ്ഞിരുന്നില്ല. എത്ര വർഷങ്ങൾ കണ്ടിട്ടും ആ മുടിയുടെ രസം പോയില്ല.

ഒരുച്ചയ്ക്കാണത് തുടങ്ങിയത്. ശങ്കരൻകുട്ടി കുസിനിയിൽ പണി ചെയ്തുകൊണ്ടിരിക്കെ അമ്മുമ്മാട്ട്യാർ ശങ്കരൻ കുട്ടിയെ ഇടങ്കണ്ണിട്ടു നോക്കി. ശങ്കരൻകുട്ടി അത് കണ്ടതേയുള്ളൂ. തിരിച്ചു നോക്കാൻ അവന്റെ മനസ്സ് അനുവദിച്ചില്ല.

"ശങ്കരങ്കുട്ട്യേ, ഞാനൊരു രഹസ്യം പറഞ്ഞാ നീയാരോടെങ്കിലും പറയ്യോ?" അമ്മുമ്മാട്ട്യാർ ചോദിച്ചു. "ഇല്ല" എന്നു ശങ്കരൻകുട്ടി സമ്മതിച്ചു. വീണ്ടും വീണ്ടും അവനെക്കൊണ്ട് സത്യം ചെയ്യിച്ച് എന്നിട്ട് നാളെപ്പറയാമെന്ന് പറഞ്ഞ് അമ്മുമ്മാട്ട്യാർ ജോലിയിൽ മുഴുകി. പിറ്റേദിവസം ശങ്കരൻകുട്ടി അത് മറന്നുപോയിരുന്നു. അമ്മുമ്മാട്ട്യാർ പറഞ്ഞതുമില്ല. ശങ്കരൻകുട്ടി അതെപ്പറ്റിയൊന്നും ആലോചിച്ചതുമില്ല.

കുറെനാൾ കഴിഞ്ഞപ്പോൾ അമ്മുമ്മാട്ട്യാർ വീണ്ടും ചോദിച്ചു: "നിന്നോടൊരു രഹസ്യം പറയട്ടോ ശങ്കരങ്കുട്ട്യേ?" പക്ഷേ അന്നും അമ്മുമ്മാട്ട്യാർ അതു പറഞ്ഞില്ല. ആ രഹസ്യം അപ്പോഴും ശങ്കരൻകുട്ടി ചോദിച്ചതുമില്ല. പിന്നെയും നാലഞ്ചുനാൾ കഴിഞ്ഞപ്പോൾ അമ്മുമ്മാട്ട്യാർ പഴയ ചോദ്യം ആവർത്തിച്ചു. ആ രഹസ്യം നിനക്കു കേൾക്കേണ്ടേ ശങ്കരൻകു

ട്ടി, പറയാതെങ്ങനെ കേൾക്കുമെന്ന് ശങ്കരൻകുട്ടി. അൽപ്പം ശബ്ദമുയർത്തിക്കൊണ്ടു തന്നെ ചോദിച്ചു.

അപ്പോൾ അമ്മുമ്മാട്ട്യാർ പറഞ്ഞു: "അമ്മൂനൊരുമ്മ തന്നാലേ പറയൂ."

ശങ്കരൻ കുട്ടിക്കതിഷ്ടമായില്ല. അവന്റെ മുഖം പെട്ടെന്ന് മങ്ങിപ്പോയി. പിന്നെ അവൻ അമ്മുമ്മാട്ട്യാരുടെ മുഖത്തു നോക്കിയിട്ടില്ല.

ഒരുദിവസം രാത്രി ചാത്തുണ്ണ്യേട്ടനോട് അങ്ങാടിയിലൊരു പണി വേണമെന്നും പറഞ്ഞ് നാണുനായരുടെ കാലുതൊട്ടു വന്ദിച്ചിറങ്ങുകയായിരുന്നു. ശങ്കരൻകുട്ടിയുടെ മുമ്പിൽ നാണുനായർ ഞെട്ടിത്തരിച്ചിരുന്നുപോയി. ഒരിക്കലും നാണുനായർ ഇത് പ്രതീക്ഷിച്ചതല്ല. അവന്റെ ജീവിതം തന്റെ കയ്യിലാണെന്ന് നാണുനായർ വിശ്വസിച്ചിരുന്നു.

തനിക്കെതിരായി ആരോ ചെയ്ത മന്ത്രവാദത്തിന്റെ ഫലമായിട്ടാണ് ശങ്കരൻകുട്ടി തന്നെ വിട്ടുപോയതെന്ന് നാണുനായർ കരുതി. ശങ്കരൻകുട്ടി ജോലി വിട്ടുവെന്നറിഞ്ഞപ്പോൾ അമ്മുമ്മാട്ട്യാരുടെ കണ്ണ് നനഞ്ഞു.

രണ്ടുമൂന്നു ദിവസം ടൗണിലും അങ്ങാടിയിലുമൊക്കെ അലഞ്ഞു നടന്നതിനുശേഷം കുലച്ചന്തയിൽ ശങ്കരൻകുട്ടി ചുമട്ടുകാരനായി. ചാത്തുണ്ണ്യേട്ടൻ പറന്നുവെട്ടുന്ന നാളുകളായിരുന്നു.

അന്നവനുറങ്ങാൻ സ്ഥലമുണ്ടായിരുന്നില്ല. അവന്റെ വീട് ടിപ്പുവിന്റെ കോട്ടയിലേക്കുള്ള കൽപ്പടവുകളായിരുന്നു. രാവിലെയും രാത്രിയും അവൻ പുഴയിലേക്കിറങ്ങി കുളിച്ചു. അന്നൊക്കെ രാത്രി കാലങ്ങളിൽ മണിക്കൂറുകളോളം വെള്ളത്തിൽ കിടക്കുമായിരുന്നു. അമ്മയെപ്പോലെ ആഴിപ്പുഴ അവനെ തഴുകിത്താലോലിച്ചിരുന്നു.

ആ പുഴവക്കത്തൂടെ ശങ്കരൻകുട്ടി അവനെക്കുറിച്ചോർത്തുകൊണ്ടു തന്നെ നടക്കുകയായിരുന്നു. ഓട്ടുകമ്പനി കഴിഞ്ഞപ്പോൾ നെഞ്ചിനകത്തൊരു വിറയൽ. ആ വിറയൽ അവൻ സ്വയം നിയന്ത്രിച്ചു.

തനിക്ക് വാസ്തവത്തിലൊന്നും ചെയ്യാനില്ല. എന്നു ശങ്കരൻകുട്ടിക്ക് തോന്നി. എല്ലാറ്റിനും ചാത്തുണ്ണ്യേട്ടനുണ്ട്. ചാത്തുണ്ണ്യേട്ടൻ തന്ന ജീവിതമാണ്. ആ ജീവിതത്തെ ചാത്തുണ്ണ്യേട്ടൻ എങ്ങോട്ടെല്ലാമോ കൊണ്ടുപോകുന്നു.

തീർത്താലും തീരാത്ത കടപ്പാടാണ് ചാത്തുണ്ണ്യേട്ടനോട്.

മൂലപ്പറമ്പത്തെ കോണികയറുമ്പോൾ ചാത്തുണ്ണ്യേട്ടൻ പറഞ്ഞു: "ശങ്കരങ്കുട്ട്യേ, വൈദ്യർ ചോദിക്കുന്നതിനെല്ലാം ശരിക്കും മറുപടി പറയണം."

നല്ല വെയിലായിത്തുടങ്ങിയിരുന്നു. ശങ്കരൻകുട്ടിക്ക് വിയർത്തു തുടങ്ങി. രാമൻ വൈദ്യരും ചാത്തുണ്ണ്യേട്ടനും നാട്ടുകാര്യങ്ങൾ പറഞ്ഞുകൊണ്ടിരിക്കുകയാണ്. ശങ്കരൻകുട്ടി അതൊന്നും ശ്രദ്ധിക്കുന്നുണ്ടായിരുന്നില്ല.

വൈദ്യർ ശങ്കരൻകുട്ടിയോട് ഇതുവരെയും ഒന്നും സംസാരിച്ചിട്ടില്ല. കോലായിലേക്ക് വന്നു കയറുമ്പോൾ ഒന്നു വെളുക്കെ ചിരിച്ചിരുന്നുവെന്നു

മാത്രം. അകത്ത് സ്ത്രീകളുടെ ശബ്ദം കേൾക്കുന്നുണ്ട്. പക്ഷേ, ആരും ഇതുവരെ പുറത്തിറങ്ങിയിട്ടില്ല.

ശങ്കരൻകുട്ടി പൂമുഖത്ത് മരത്തിൽ കൊത്തിവച്ച ചിത്രപ്പണികൾ നോക്കി ഇരുന്നു. മരത്തിലെ ദേവൻ ശ്രീരാമനോ ശ്രീകൃഷ്ണനോ എന്ന് ശങ്കരൻകുട്ടിക്ക് തിരിച്ചെറിയാൻ പറ്റിയില്ല.

അവരുടെ സംസാരം നീളുകയായിരുന്നു. മുബാറക്കങ്ങാടിയിലെ മുതലാളിമാരിൽ നിന്നാണതാരംഭിച്ചത്. ആ സംസാരം പതുക്കെ കിഴക്കോട്ടേക്കുള്ള മലമ്പാതകൾ കയറിപ്പോവുകയായിരുന്നു. മലയിലെ കാര്യമറിയാൻ വൈദ്യർക്ക് വലിയ താൽപ്പര്യമാണ്. വൈദ്യരുടെ പൂർവികന്മാർക്ക് കുടകിലും മാനന്തവാടിയിലും ഭൂമിയുണ്ടായിരുന്നു. വൈദ്യരുടെ വലിയച്ഛനാണ് എല്ലാം വിറ്റു തുലച്ചത്. ആ ഭൂമിയെല്ലാം ഗൗണ്ടന്മാരുടെ കൈയിലായിപ്പോയി.

മല കയറി ഇറങ്ങിയ സംസാരം പതുക്കെ വൈദ്യരുടെ തറവാടിന്റെ മഹിമയിലേക്ക് വന്നുകൊണ്ടിരുന്നു. കൊമ്പുള്ള തറവാടായിരുന്നു. പലരെയും കുത്തിമലർത്തിയ തറവാടായിരുന്നു. അങ്ങനെ കുത്തിമലർത്തുകയും പാറിപ്പറക്കുകയും വെട്ടിപ്പിടിക്കുകയും ചെയ്ത പഴയ കഥകൾ മാത്രമാണിപ്പോൾ മിച്ചം. ഇഷ്ടപ്പെട്ടവരെ മുമ്പിൽ കിട്ടിയാൽ വൈദ്യർ ആ കഥകളുടെ അറകളോരോന്നായി തുറക്കും. വൈദ്യർ ചാത്തുണ്ണ്യേട്ടന്റെയും ശങ്കരൻകുട്ടിയുടെയും മുമ്പിൽ ആ അറകൾ തുറക്കുക തന്നെയായിരുന്നു. ചാത്തുണ്ണ്യേട്ടനാണെങ്കിൽ എത്രയോ തവണ കേട്ട കഥകളാണ്. എന്നിട്ടും മുഖത്ത് വീരരസമനുഭവിക്കുകയായിരുന്നു. ചാത്തുണ്ണ്യേട്ടന്റെ മനസിൽ രാമൻ വൈദ്യർ വലിയൊരു മനുഷ്യനാണ്. നേടിത്തളർന്ന്, നേടിയതെല്ലാം പുല്ലുപോലെ കയ്യൊഴിച്ച മനുഷ്യൻ.

തറവാട്ടുമഹിമകളങ്ങനെ നാവിലൂടെ നീളവേ വൈദ്യരുടെ ഭാര്യ ചായയും പൂവമ്പഴവും അവലും കൊണ്ടുവന്നു. ചാത്തുണ്ണ്യേട്ടൻ അവരെ ഇരുന്നേടത്തു നിന്നൊന്ന് പൊങ്ങിവണങ്ങി. ശങ്കരൻകുട്ടിയാകട്ടെ കല്ലുപോലെ ഇരിക്കുകയായിരുന്നു.

സമയം ചൂടോടെ മേലോട്ടു കയറിത്തുടങ്ങിയിരുന്നു. ചാത്തുണ്ണ്യേട്ടനങ്ങനെ വൈദ്യരുടെ കുടുംബത്തിന്റെ മഹിമയിൽ രസം പിടിച്ചിരിക്കുകയാണ്. പൂവമ്പഴത്തിനരികെ, രാമൻ വൈദ്യരുടെ നാവിൽനിന്ന് ഏതോ കളരി ശത്രുക്കൾ നിന്നു പയറ്റുകയായിരുന്നു.

ചായ കുടിക്കുന്നതിനിടയിൽ ചാത്തുണ്ണ്യേട്ടൻ പറഞ്ഞു: "എന്നാ നമ്മക്ക് വന്ന കാര്യത്തിലേക്കങ്ങു കടക്കാം."

വൈദ്യർ ഒരു പൂവമ്പഴമെടുത്ത് ശങ്കരൻകുട്ടിയുടെ നേർക്ക് നീട്ടി. അപ്പോൾ ചാത്തുണ്ണ്യേട്ടന്റെ മുഖത്ത് മന്ദഹാസം കാണായി.

അൽപ്പം വേദനയോടെ വൈദ്യർ ഓർക്കുകയായിരുന്നു.

പർശനി മുത്തപ്പാ...

മൂലപ്പറമ്പത്ത് മരിച്ചുപോയ മുത്തപ്പൻമാരേ...

ഈ തറവാട്ടിൽ നിന്നാദ്യമാണല്ലോ ഒരു ചുമട്ടുകാരനു പെണ്ണിനെ കൊടുക്കുന്നത്. രാമനോടു ക്ഷമിക്കൂ.. മൂലപ്പറമ്പ് കയറിവന്ന ആണുങ്ങളെല്ലാം തറവാട്ടുകാരായിരുന്നു.

മൂത്തപ്പൻമാരേ... ഇനിയെന്തു തറവാട്. എല്ലാം കഴിഞ്ഞു.

മൂദേവികൾ ജനിച്ചാൽ തറവാടു മുടിയും.

രാമൻ വൈദ്യർ തന്റെ ദൈവങ്ങളോട് പറഞ്ഞു: "എന്തുവന്നാലും പെണ്ണിന്റെ ഇഷ്ടം ഇവിടെ നടക്കുകയില്ല. രാമൻ മരിക്കുന്നതുവരെ രാമന്റെ ഇഷ്ടമേ ഇവിടെ നടക്കുകയുള്ളൂ.."

രാമൻ വൈദ്യരുടെ അകം കിടന്നു പൊരിയുകയായിരുന്നു, മറ്റാർക്കും തിരിച്ചറിയാൻ വയ്യാത്തവിധം മുഖം ചുവക്കുകയായിരുന്നു.

വൈദ്യർ അകത്തേക്ക് നോക്കി വിളിച്ചു. "ലക്ഷ്മ്യേ... സുമത്യോടിങ്ങ് വരാൻപറ."

ലക്ഷ്മിഅമ്മ മുണ്ടിന്റെ കോന്തല വിരലിൽ ചുറ്റിക്കൊണ്ട് പുറത്തു വന്നിട്ട് പറഞ്ഞു: "അവള് പൊഴേ കുളിക്കാം പോയിരിക്ക്യാ."

വൈദ്യർക്കരിശം വന്നു. അരിശം വന്നാൽ എപ്പോഴും വൈദ്യർ ആദ്യമായി ചെയ്യുന്നത് മുറ്റത്തേക്ക് നീട്ടിത്തുപ്പുകയാണ്. ചവച്ചരച്ച അവലാണ് അവരുടെ മുമ്പിലിരുന്നുകൊണ്ട് വൈദ്യർ നീട്ടിത്തുപ്പിയത്. അതുകണ്ടപ്പോൾ ലക്ഷ്മിഅമ്മ അകത്തേക്ക് വലിഞ്ഞു. വെറുപ്പ് വൈദ്യരെ എങ്ങോട്ടും നയിക്കും. കൺമുമ്പിൽ കൊടുവാളുണ്ടെങ്കിൽ അതെടുത്തു തുള്ളും. വാശിയും വെറുപ്പുമാണ് വൈദ്യരുടെ ആത്മമിത്രങ്ങൾ. വൈദ്യരെ താങ്ങിത്താങ്ങി ലക്ഷ്മിഅമ്മ പഴത്തൊലി പോലെയായിത്തീർന്നു.

വൈദ്യരുടെ ഭാവം കണ്ടിട്ട്, അൽപ്പം തണുപ്പിക്കാനായി ചാത്തുണ്ണ്യേട്ടൻ പറഞ്ഞു. "ങാ.. വരട്ടെ."

സുമതി ഇല്ലാത്തത് ഒരു ദുർലക്ഷണംപോലെ വൈദ്യർക്ക് തോന്നി. സാധാരണ സുമതി പുഴയിൽ കുളിക്കാൻപോകുന്നത് പുലർച്ചയ്ക്കോ സന്ധ്യയ്ക്കോ ഒക്കെയാണ്. ഇന്നെന്താ ഇങ്ങനെയൊരു കുളി. പുഴയിലിറങ്ങി, ഈ സമയത്ത് അവളെങ്ങനെ കുളിക്കും. പുഴവക്കത്തൂടെ ആളുകൾ നടന്നുപോകുന്ന സമയമല്ലേ? അവളിപ്പോൾ കുളിക്കുകയായിരിക്കില്ല. പുഴവക്കത്തലക്കിക്കൊണ്ടിരിക്കുകയായിരിക്കും.

വരട്ടെ. അവളുടെ സമയത്തിനു വരട്ടെ. വന്നില്ലെങ്കിലെന്താ? അവളാരാ? നെറികെട്ടാലും നീ രാമന്റെ മോളാ...

രാമൻ വൈദ്യർ മറ്റു കാര്യങ്ങളെക്കുറിച്ചുള്ള സംസാരത്തിലേക്ക് നീങ്ങി.

"ചാത്തുണ്ണ്യേ, ശങ്കരൻകുട്ടിയെ എനിക്കിഷ്ടമായി." വൈദ്യർ പറഞ്ഞു. ചാത്തുണ്ണ്യേട്ടൻ നടുനിവർത്തിപ്പിടിച്ചൊന്നിരുന്നു.

"ശങ്കരങ്കുട്ടി ദൈവം തമ്പുരാന്റെ മോനാ..." ചാത്തുണ്ണ്യേട്ടൻ പറഞ്ഞു.

വൈദ്യർ കുമ്പ തടവിക്കൊണ്ടു എന്തോ ആലോചിക്കുകയായിരുന്നു. മനസിന്റെ അസ്വസ്ഥത മുഖത്ത് കാണാമായിരുന്നു. എഴുന്നേറ്റു

നടക്കുകയും മുണ്ട് ഇടയ്ക്കിടെ അഴിച്ചുടുക്കുകയും ചെയ്തുകൊണ്ടിരുന്നു. ചാത്തുണ്ണ്യേട്ടനെല്ലാം മനസിലാകുന്നുണ്ട്. ശങ്കരൻകുട്ടി ചാത്തുണ്ണ്യേട്ടന് മകനെപ്പോലെയാണ്. രാമൻ വൈദ്യർ മൂത്ത ഏട്ടനെപ്പോലെയാണ്.

"നമുക്ക് സംസാരിക്കാനൊന്നൂല്ല. ശങ്കരങ്കുട്ട്യോട് എല്ലാം പറഞ്ഞിട്ടുണ്ട്. ഞാം പറേന്നേലപ്പറത്ത് ശങ്കരങ്കുട്ടി പോവൂല്ല." ചാത്തുണ്ണ്യേട്ടൻ വൈദ്യർക്ക് ഉറപ്പ് കൊടുക്കുകയായിരുന്നു.

പക്ഷേ, ശങ്കരൻകുട്ടിക്ക് പലതും ചോദിക്കണമെന്നുണ്ട്. എല്ലാം തീരുമാനിച്ചപോലെയാണല്ലോ ചാത്തുണ്ണ്യേട്ടൻ സംസാരിക്കുന്നത്.

അമ്പതാളുടെ കൂടെ വന്ന് പെണ്ണിനെ മാലയിട്ടുകൊണ്ടുപോകുന്നതാണ് ശങ്കരൻകുട്ടിക്കിഷ്ടം. കല്യാണത്തോടുകൂടിയാണ് തന്റെ വേരുറയ്ക്കാൻ പോകുന്നതെന്ന് ശങ്കരൻകുട്ടി വിശ്വസിക്കുന്നുണ്ട്.

അവൾ അവന്റെ കഴുത്തിൽ മാലയിടുന്ന രംഗം മനസിൽ ജനിക്കുകയായിരുന്നു. കല്യാണച്ചെക്കനായി പത്തറുപതാളുകളുടെ കൂടെ അങ്ങാടിയിലൂടെ നടന്നുവരണം. അങ്ങാടിയിലെ മുതലാളിമാർ നോക്കിനിൽക്കണം. അവരുടെയെല്ലാം മുഖത്തുനോക്കി ചിരിച്ചുകൊണ്ട് നടന്നുപോകണം. കല്യാണം കഴിഞ്ഞ് മാലയുമിട്ടുകൊണ്ട് അങ്ങാടിയിലൂടെ തന്നെ തിരിച്ചുപോരണം. ശങ്കരൻകുട്ടിയുടെ പെണ്ണിനെ കാണാൻ മുതലാളിമാർ ക്യാഷിൽ നിന്ന് എഴുന്നേറ്റു വരണം. ബാന്റും മുട്ടി കടന്നു പോകുന്ന ആ കല്യാണപ്പാർട്ടിയുടെ ചിത്രം അവൻ മനസിൽ കാണുകയായിരുന്നു.

പക്ഷേ, ചാത്തുണ്ണ്യേട്ടൻ എല്ലാം തീരുമാനിച്ചു കഴിഞ്ഞു. രാത്രിയിൽ വന്ന് പുടവ കൊടുപ്പും സമ്മന്തവും. പത്താള് വന്നുള്ള ഒരു സമ്മന്തം മതിയല്ലോ ചാത്തുണ്ണ്യേ എന്ന് വൈദ്യർ ചോദിച്ചു. മതി വൈദ്യരേ എന്ന് ചാത്തുണ്ണ്യേട്ടൻ പറയുകയും ചെയ്തു. എന്താ ശങ്കരങ്കുട്ടീ എന്ന് വൈദ്യർ ആരാഞ്ഞപ്പോൾ ശങ്കരൻകുട്ടി മനസിലെവിടെയോ നിസ്സഹായനായി വൈദ്യരെ നോക്കുകയായിരുന്നു. ആ നോട്ടം വൈദ്യർ സമ്മതമായെടുത്തു.

മനസിന്റെ ഏതോ കോണിലുടക്കി നിൽക്കവേ ശങ്കരൻകുട്ടിയും വിചാരിച്ചു. മതി... നൂറാളുകളുടെ കൂടെ ബാന്റ് മുട്ടി വന്നാലും പത്താളുകളുടെ കൂടെ വന്നാലും ഒന്നുതന്നെ. എല്ലാം ചാത്തുണ്ണ്യേട്ടനു വിട്ടിരിക്കുന്നു.

"തീയതി മനസിലുണ്ടോ?" ചാത്തുണ്ണ്യേട്ടൻ ചോദിച്ചു.

"തീയതി കണിയാനോടൊന്നു ചോദിച്ചു മതി."

"കണിയാനെന്തിനാ, കലണ്ടർ പോരേ?"

"പോര ചാത്തുണ്ണ്യേ തീയതിയും കണ്ട് ഞാനങ്ങ് വരാം. ചിരുതാമ്മയെയും ഒന്നു കാണണം."

അപ്പോൾ മോളെവിടെ എന്ന് ചാത്തുണ്ണ്യേട്ടൻ ആംഗ്യത്തിൽ ചോദിച്ചു. വൈദ്യർ വീട്ടിനുള്ളിലേക്കൊന്ന് ക്രുദ്ധമായി നോക്കി. ആ നോട്ടത്തിലൂടെ ആയിരം തീയമ്പുകൾ പായുന്നുണ്ടായിരുന്നു. ലക്ഷ്മിഅമ്മ വാതി

ലിന്റെ മറവിൽ നിന്ന് മെല്ലെ വൈദ്യരെ അകത്തേക്ക് മാടിവിളിക്കുകയായിരുന്നു. വൈദ്യർ തൊടുത്തുവിട്ട ബാണംപോലെ അങ്ങോട്ടു ചെന്നു.

വൈദ്യരുടെ നിൽപ്പ് കണ്ട് ലക്ഷ്മി അമ്മ ദഹിക്കുകയായിരുന്നു. എവിടെടീ എവിടെടീ എന്നു മാത്രം ചോദിച്ചുകൊണ്ടിരുന്നു. ലക്ഷ്മി അമ്മ പേടിച്ചുകൊണ്ട് പറഞ്ഞു: "പെണ്ണ് വരുന്നില്ല. ഞാം ചെന്ന് വിളിച്ചിറ്റും വെരുന്നില്ല."

വൈദ്യരുടെ കൈ പെട്ടെന്ന് ലക്ഷ്മി അമ്മയുടെ കഴുത്തിനു നേരെ നീണ്ടു. ആ കൈ വലിച്ചെടുക്കുമ്പോൾ വൈദ്യർ പറഞ്ഞു: "ഞെക്കിക്കൊല്ലും... നിന്നേം മോളേം ഞാൻ ഞെക്കിക്കൊല്ലും..."

ലക്ഷ്മി അമ്മ ദൂരെ മാറിനിന്നു. വൈദ്യർ നിന്നു വിറയ്ക്കുകയായിരുന്നു. ഒരു നിമിഷത്തെ ആലോചനയ്ക്കുശേഷം പറഞ്ഞു. ശെരിയെടീ... മൂധേവികളേ.. ശെരി... എന്നിട്ട് പുറത്തിറങ്ങി. വൈദ്യരുടെ മനസ്സ് ചാത്തുണ്ണ്യേട്ടൻ കാണുന്നുണ്ടായിരുന്നു. അവർ പരസ്പരം നോക്കി. ചാത്തുണ്ണ്യേട്ടനു കാര്യം മനസിലായി. ചാത്തുണ്ണ്യേട്ടൻ ഇരുന്നേടത്തു നിന്നെഴുന്നേറ്റ് മുറ്റത്തിറങ്ങി. വൈദ്യർ ഒരു പർവതം പോലെ നിൽക്കുകയായിരുന്നു.

വൈദ്യരുടെ സ്വഭാവം ചാത്തുണ്ണ്യേട്ടനു നന്നായറിയാം. ഒരു കൊതുക് കുത്തിയാൽ മതി, പ്രകൃതം മാറും. ഏതായാലും വൈദ്യരെ ഇപ്പോൾ പുഴവക്കത്തേക്ക് വിടുകയില്ല എന്ന് ചാത്തുണ്ണ്യേട്ടൻ തീരുമാനിച്ചു. വൈദ്യർ സകല ക്രോധങ്ങൾക്കിടയിലും മനസിലൊരു പോംവഴി കണ്ടെത്തുകയായിരുന്നു.

"ശങ്കരൻകുട്ട്യേ, ഇങ്ങോട്ടുവരാൻ അവൾക്കൊരു നാണം." വൈദ്യർ പറഞ്ഞു.

നാണമാണെങ്കി ഞങ്ങള് പൊഴവക്കത്ത് ചെന്ന് കണ്ടോളാമെന്നായി ചാത്തുണ്ണ്യേട്ടൻ.

തന്റെ മനസറിഞ്ഞു പെരുമാറിയതിൽ ചാത്തുണ്ണ്യേട്ടനോട് വൈദ്യർക്ക് നന്ദി തോന്നി.

"അവളതാ പൊഴേലലക്കി കൊണ്ടിരിക്ക്യാ. ഇവിടന്നു നോക്ക്യാ കാണാം. നിങ്ങളതിലൂടല്ലേ പോകുന്നത്. അവിടന്നങ്ങ് കണ്ടോളീൻ. പൊഴവക്കത്ത്ന്ന് കാണുന്നതാ നല്ലത്." അത് പറയുന്നതിനിടയിലും വൈദ്യർ പുഴവക്കത്തേക്ക് നോക്കുകയായിരുന്നു. കൂവള മരത്തിനിടയിലൂടെ വൈദ്യർക്കവളെ കാണാമായിരുന്നു. മറ്റൊരവസരത്തിലാണെങ്കിൽ വൈദ്യർ ഓടിച്ചെന്ന് സുമതിയുടെ തലചുറ്റിപ്പിടിച്ച് കോഴിയെ മുക്കുമ്പോലെ പുഴയിൽ മുക്കി കരയിലേക്ക് വലിച്ചെറിയും.

അങ്ങോട്ടു പോകുന്നതാണ് നല്ലതെന്ന് ചാത്തുണ്ണ്യേട്ടൻ ശങ്കരൻകുട്ടിയോട് പറഞ്ഞു, ശങ്കരൻകുട്ടി അഭിപ്രായമൊന്നും പറഞ്ഞില്ല. പക്ഷേ അവൻ ഓർക്കുകയായിരുന്നു. അവളല്ലേ പൂവമ്പഴം കൊണ്ടത്തരേണ്ടി

യിരുന്നത്. പൂവമ്പഴം തിന്നുന്നത് അവൾ വാതിലിന്റെ മറവിൽ ഒളിഞ്ഞു നിന്നുകൊണ്ട് നോക്കണം. അതിനൊന്നും ഈ ശങ്കരൻകുട്ടിക്ക് ഭാഗ്യമില്ലായിരിക്കാം.

ചാത്തുണ്ണ്യേട്ടന്റെ നിഴൽപോലെ അവൻ മുറ്റത്ത് നിൽക്കുകയായിരുന്നു. ചാത്തുണ്ണ്യേട്ടൻ വൈദ്യരോട് യാത്ര ചോദിച്ചപ്പോൾ അവനും ചോദിച്ചു. വൈദ്യർ സുമതിയെ ചൂണ്ടിക്കാണിച്ചുകൊടുത്തു. അതാ നേരെ നോക്ക്യാ അവളെക്കാണാം.

ശങ്കരൻകുട്ടിക്കതിഷ്ടമായിട്ടില്ല എന്ന് ചാത്തുണ്ണ്യേട്ടനറിയാം. അവന് മറ്റൊന്നും തോന്നിയേക്കരുതേയെന്ന് പ്രാർഥിക്കുകയായിരുന്നു ചാത്തുണ്ണ്യേട്ടൻ.

പുഴക്കരയിൽ സുമതിയുടെ മുമ്പിലെത്തുന്നതുവരെ അവരിരുവരും ഒന്നും മിണ്ടിയില്ല.

അവൻ സുമതിയെത്തന്നെ നോക്കുകയായിരുന്നു. അവൾ ഒരുതരം വീറോടെയാണ് വസ്ത്രം അടിച്ചലക്കിക്കൊണ്ടിരിക്കുന്നത്. ശങ്കരൻകുട്ടി അവളെ കണ്ണ് നിറയെ കണ്ടു. ഇനി അവന് കാണേണ്ടത് അവളുടെ മുടിയാണ്.

അവന്റെ മനസിൽ സ്വപ്നങ്ങൾ പറന്നുവരികയായിരുന്നു. ആഴിപ്പുഴ ഒരുനിമിഷം നിശ്ചലമാവുകയായിരുന്നു. കനകമലയിൽ നിന്ന് ഹരമുള്ള കാറ്റ് വീശുകയായിരുന്നു.

പക്ഷേ, അവൾ അവരെ കണ്ടതായി ഭാവിക്കുന്നതുപോലുമില്ലായിരുന്നു. ചാത്തുണ്ണ്യേട്ടൻ അവളെയും ശങ്കരൻകുട്ടിയെയും നോക്കി ഊറിച്ചിരിച്ചു.

കാൽമുട്ടുവരെ വെള്ളത്തിൽ ഇറങ്ങി നിൽക്കുകയാണവൾ. തലകണ്ടിട്ട് രാവിലെ കുളിച്ച ലക്ഷണമൊന്നുമില്ല. ശങ്കരൻകുട്ടി വിചാരിച്ചു. ഇങ്ങനെയാണ് പെണ്ണിനെ കാണേണ്ടത്.

രണ്ടു മൂന്നു തവണ അവൾ തലപൊക്കി നോക്കിയിരുന്നു. അപ്പോഴെല്ലാം ശങ്കരൻകുട്ടി അവളോട് ചിരിക്കുകയുമുണ്ടായി. അവൻ ഏതെല്ലാമോ ആശകളിൽ അലിയുകയായിരുന്നു. അവളെ കൈപിടിച്ച് വെള്ളത്തിൽനിന്നു കയറ്റാൻ അവൻ കൊതിക്കുകയായിരുന്നു.

“സുമതിക്ക് നീന്താനറിയ്യ്യോ?” ശങ്കരൻകുട്ടി ചോദിച്ചു. അവൾ മറുപടി പറഞ്ഞില്ല.

“ശങ്കരൻകുട്ട്യേ, സുമത്യോട് വല്ലോം ചോയ്ക്കാന്ണ്ടേ ചോയ്ച്ചോ. ഞാം വേണേ മാറി നിക്കാം.” അതു പറഞ്ഞിട്ട് ചാത്തുണ്ണ്യേട്ടൻ പൂത്തിരി കത്തുമ്പോലെ ചിരിച്ചു.

എന്താണ് ചോദിക്കുക. നീന്താനറിയാമോ എന്നു ചോദിച്ചിട്ട് മറുപടി പറയുന്നില്ലല്ലോ. മിണ്ടാത്ത പെണ്ണിന്റെ മനസിലേക്കവൻ കണ്ണുകൾ

കൊണ്ട് മന്ത്രിക്കുകയായിരുന്നു. ഞാൻ ഇക്കരെ നിന്നക്കരവരെ നീന്തും. ഇനി ശങ്കരൻകുട്ടി നീന്തുന്നത് നിന്നെയും ചുമലിലിട്ടായിരിക്കും.

അവൾ അലക്ക് നിറുത്തി പുഴയിൽനിന്നു കയറുന്ന ലക്ഷണമൊന്നുമില്ല. ശങ്കരൻകുട്ടിയുടെ മനസിലെ വിചാരങ്ങൾ പ്രഭാതത്തിലെ പൂമൊട്ടുകൾപോലെ നിരന്നു നിൽക്കുകയായിരുന്നു.

ചാത്തുണ്ണ്യേട്ടൻ മാറി നിൽക്കുന്നുമില്ല. ശങ്കരൻകുട്ടി ഒന്നും ചോദിക്കുന്നുമില്ല. സുമതീ നിനക്കെന്നെ അറിയാമോ എന്ന് ശങ്കരൻകുട്ടി അവന്റെ നെഞ്ചിനകത്തുമാത്രം ചോദിക്കുന്നുണ്ടായിരുന്നു. നിന്നെ ഞാൻ പൂപോലെ കൊണ്ടുനടക്കുമ്പോഴേ നീ എന്നെ അറിയൂ. നിനക്കറിയില്ലെങ്കിലും എന്നെ ഈ പുഴയ്ക്കറിയാം. ശങ്കരൻകുട്ടി ആരാണെന്ന് പുലർച്ചെ വന്ന് നീ പുഴയോട് ചോദിച്ചാമതി.

നിനക്കെന്നെ ഇഷ്ടമാണോ എന്ന് ചോദിക്കാൻ അവന്റെ മനസൊരുങ്ങുകയായിരുന്നു.

“വെള്ളത്തിന്നിങ്ങോട്ട് കയറി നിക്കെടീ...” ഓർക്കാപ്പുറത്ത് ഇടിവെട്ടിയതുപോലെ എല്ലാവരും സ്തബ്ധരായിപ്പോയി. വൈദ്യർ തീപറക്കുന്ന കണ്ണുകളുമായി അവരുടെ പിന്നിൽ നിൽക്കുകയായിരുന്നു. വൈദ്യർ അവളെ കണ്ണുകൊണ്ട് മുറിച്ചുകീറുകയായിരുന്നു.

അവൾക്ക് പൊട്ടിക്കരയണമെന്നു തോന്നി. ദൈവത്തെയോർത്ത് നിയന്ത്രിച്ചിട്ടും കണ്ണ് നനഞ്ഞു. അവളുടെ നനഞ്ഞ കണ്ണുകൾ അവളാരെയും കാണിച്ചില്ല.

അലക്കിക്കൊണ്ടിരുന്ന ചേല പിഴിഞ്ഞുകൊണ്ട് അവൾ പുഴയിൽ നിന്ന് പതുക്കെക്കയറി. പുഴയിലേക്ക് വളഞ്ഞ തെങ്ങോട് ചാരി നിന്നു. തന്റെ കൺമുമ്പിലാരുമില്ല എന്ന ഭാവത്തിലായിരുന്നു ആ നിൽപ്പ്.

വൈദ്യർ ഇത്തിരി തണുത്തു വന്നു. പുഴയിലിറങ്ങി മുഖം കഴുകി കയറിയ വൈദ്യരോട് ചാത്തുണ്ണ്യേട്ടൻ ചോദിച്ചു: “എന്താ ഞങ്ങള് പോട്ടെ?'

ശങ്കരൻകുട്ടി നിന്നേടത്തുതന്നെ നിൽക്കുകയായിരുന്നു. പോകാറായിട്ടില്ല. സുമതിയോടൊരു കാര്യം ചോദിക്കാനുണ്ട്. ഒന്നുരണ്ടു കാര്യങ്ങൾ പറയാനുമുണ്ട്. അതിനാണിവിടം വരെ വന്നത്.

“സുമതീ, നിനക്കെന്നെ ഇഷ്ടമാണോ?” ശങ്കരൻകുട്ടി ചോദിച്ചു.

വൈദ്യരും ചാത്തുണ്ണ്യേട്ടനും ഞെട്ടിപ്പോയി. സുമതി കുനിഞ്ഞ് മണ്ണിലേക്ക് നോക്കിക്കൊണ്ടിരിക്കുന്നു. ശങ്കരൻകുട്ടി ആ ചോദ്യം ആവർത്തിച്ചു. അതിന് മറുപടി കിട്ടിയേ പോകൂ എന്ന ഭാവത്തിലാണ് ശങ്കരൻകുട്ടിയുടെ നിൽപ്പ്.

അവൾ ദയനീയമായൊന്നു ശങ്കരൻകുട്ടിയെ നോക്കുകമാത്രം ചെയ്തു. അപ്പോൾ ചാത്തുണ്ണ്യേട്ടൻ അവരുടെ ഇടയിലേക്ക് ചാടിവീണു: “അവൾക്കിഷ്ടമില്ലാത്തതെന്താ? ഇഷ്ടം തന്ന്യാ... വാ.. നമ്മക്ക് പോകാം.”

“ഞാനൊരു ചുമട്ടുകാരനാ സുമതീ... ആരുമില്ലാത്തൊരു പാവം...”

ചാത്തുണ്ണ്യേട്ടന്റെ നിഴലായി രണ്ടാമതും വൈദ്യരോട് യാത്രചോദിച്ചു. പക്ഷേ, അവരുടെ കൂടെ വൈദ്യരും നടന്നു. ഓട്ടു കമ്പനി വരെ വെറുതെ നടക്കാമെന്നു വൈദ്യർ വിചാരിച്ചു. സുമതിയെക്കുറിച്ചുതന്നെയാണ് വൈദ്യർ സംസാരിച്ചുകൊണ്ടിരുന്നത്. ബി എ ഫൈനൽ പരീക്ഷയ്ക്ക് അവൾ മൂന്നു തവണ ഇരുന്നു. പാസായില്ല. അതവളെ തളർത്തിക്കളഞ്ഞു. ഇങ്ങനെ അടുക്കളയിലടിഞ്ഞു പോയല്ലോ എന്ന ദുഃഖം. ഇപ്പോൾ ബുദ്ധിയിലൊരു മന്ദിപ്പാ. ഒന്നിനോടും ഒരു മമതയുമില്ല. സന്ധ്യാനേരത്ത് ചിലപ്പോൾ ഒറ്റയ്ക്ക് പുഴവക്കത്ത് വന്നിരുന്നു കരയാറുണ്ട്.

നാല്

നട്ടുച്ചയാണ്, ഉഷ്ണക്കാറ്റു വീശുന്നു. മനുഷ്യർക്ക് വെയിലിലേക്കു നോക്കാനാവുന്നില്ല. കാറ്റിന്റെ ഒരു ചെറിയ അലയോടുപോലും സ്നേഹം തോന്നുന്ന സമയം. എങ്ങുനിന്നെങ്കിലും വീശി വരുന്ന കാറ്റിനായി മനുഷ്യർ കാത്തിരിക്കുന്നു.

പൂമരത്തണലിൽ ഒരു കിഴവൻ കാറ്റ് വീശുന്നുണ്ടായിരുന്നു. വെറുമൊരു പിശുക്കൻ കാറ്റ്. പടർന്നു പന്തലിച്ച ആ പൂമരത്തണലിൽ അവർ വിശ്രമിക്കുകയായിരുന്നു. അങ്ങാടിയിലെ തൊഴിലാളികൾക്കുവേണ്ടിയാണ് ഈ പൂമരം ജീവിക്കുന്നത്. ഉച്ചയാവുമ്പോൾ ഈ മരം അങ്ങാടിക്കാരെ കാത്തിരിക്കുന്നു.

വൈകുന്നേരമാവുമ്പോൾ ഇവിടെ ചീട്ടുകളിയാണ്. സന്ധ്യയാവുമ്പോൾ ചീത്ത പെണ്ണുങ്ങളുടെ സങ്കേതമാണ്. അർധരാത്രിയാവുമ്പോൾ ഇവിടെ എന്തും നടന്നെന്നിരിക്കും. ജീവിതത്തിന്റെ പലമുഖങ്ങളും ഭാവങ്ങളും വികാരങ്ങളും ഈ മരത്തണൽ തേടിയെത്തുന്നു. ചുവന്ന പൂക്കൾകൊണ്ട് പൂമരം ജീവിത നാടകങ്ങൾക്ക് താലം പിടിക്കുന്നു. മനുഷ്യന്റെ സ്നേഹത്തിനും ക്രൂരതയ്ക്കും പൂമരം സാക്ഷിയായിരിക്കുന്നു. നാവില്ലെങ്കിലും ഈ മരം സംസാരിക്കാറുണ്ട്. ജീവിതത്തിനു മുമ്പിൽ പൂമരം ഒരു വേദാന്തമായി നിലനിൽക്കുന്നു.

ഉച്ചനേരത്ത് അങ്ങാടിക്കാർ വന്നാൽ, മറ്റുള്ളവരാരും ഇങ്ങോട്ടെത്തിനോക്കുകയില്ല.

എങ്ങുനിന്നെല്ലാമോ വീശിവരുന്ന കാറ്റിനായി നെഞ്ച് വിരിച്ചിട്ട് മാധവൻ മലർന്നുകിടക്കുന്നു. രാഘുട്ടിയും വിൻസന്റും കുമാരനും മൊയ്തീനും മാധവനു ചുറ്റുമിരിക്കുകയായിരുന്നു. ഇവരുടെ കൂട്ടത്തിലാണ് ശങ്കരൻകുട്ടിയെ എപ്പോഴും കാണുക. എന്നാൽ നാലഞ്ചുദിവസ

മായി ശങ്കരൻകുട്ടി ഉച്ചനേരത്ത് പൂമരച്ചുവട്ടിൽ വിശ്രമിക്കാൻ വരാറില്ല. അവൻ വരാതിരിക്കാൻ കാരണം മാധവനാണ്. മാധവന് അതിൽ ഖേദമുണ്ട്. ആ അസ്വസ്ഥതയും നെഞ്ചിലിട്ടാണ് മാധവൻ മലർന്നു കിടക്കുന്നത്. ഒരു നഷ്ടബോധം അവനെ വേദനിപ്പിക്കുകയായിരുന്നു.

ശങ്കരൻകുട്ടിയോട് മാധവനെന്നും സ്നേഹമായിരുന്നു. ആ സ്നേഹം ഒരിക്കലുമവസാനിക്കാത്തതുമാണ്. അങ്ങാടിയിൽ മാധവൻ അധികാരവും മുഷ്ക്കും പ്രയോഗിക്കാറുണ്ട് പക്ഷേ, അതൊന്നും ശങ്കരൻകുട്ടിയുടെ നേർക്കുമാത്രം എടുക്കാറില്ല. അവനെപ്പോലെ നല്ല മറ്റൊരാൾ മുബാറക്കങ്ങാടിയിലെ തൊഴിലാളികൾക്കിടയിലില്ലെന്ന് മാധവനറിയാം. അവരിരുവരും സ്നേഹംകൊണ്ട് ഒന്നായിത്തീർന്നവരാണ്.

ആരുടെയും ഏത് ദുഃഖത്തിലും പങ്കുചേരുന്നവനാണ് ശങ്കരൻകുട്ടി. മുബാറക്കങ്ങാടി അവന്റെ കുടുംബമാണ്. ഏട്ടനും ഏടത്തിയും അനിയനും അനിയത്തിയുമാണ് അവന് അങ്ങാടിയിലെ എല്ലാവരും. മനുഷ്യനോടിത്രയും സ്നേഹമുള്ള മറ്റൊരുത്തൻ അങ്ങാടിയിലിന്നേവരെ ഉണ്ടായിട്ടില്ല. അങ്ങാടിയിൽ പണിയെടുക്കുന്ന ആർക്കെങ്കിലും രോഗം വന്നാൽ ആദ്യം പാഞ്ഞെത്തുന്നത് ശങ്കരൻകുട്ടിയാണ്. ആരെങ്കിലും ആശുപത്രിയിൽ കിടക്കുന്നുണ്ടെങ്കിൽ അവൻ കാവൽ നിൽക്കാൻ പോകും. മരിച്ച വീട്ടിലും കല്യാണവീട്ടിലും ശങ്കരൻകുട്ടി നിറഞ്ഞുനിൽക്കും. തന്റെ തടികൊണ്ട് മറ്റുള്ളവർക്കുപകാരംചെയ്യാൻ കഴിയുമ്പോൾ അവനു ആഹ്ലാദമാണ്. അവനാരെയും കുറ്റം പറയാറില്ല. നുണയും ഏഷണിയുമവനറിയില്ല.

മനുഷ്യന്റെ വേദനയ്ക്കു മുമ്പിൽ അവന്റെ നെഞ്ച് വെയിലത്തുവച്ച വെണ്ണപോലെ അലിയും.

എല്ലാം മാധവനറിയാം. അവനെ ഏറ്റവും നന്നായറിയുന്നവനും മാധവനാണ്. അങ്ങനെയൊക്കെയാണെങ്കിലും മാധവൻ ശങ്കരൻകുട്ട്യോടു തെറ്റിപ്പിരിഞ്ഞു. തെറ്റിപ്പിരിയുമ്പോൾ മാധവൻ അവനെ ക്രൂരമായി തള്ളിപ്പറഞ്ഞിരുന്നു. നീ ആണല്ലെടാ എന്നു പറഞ്ഞാണ് മാധവൻ ആ ബന്ധം അവസാനിപ്പിച്ചത്. എല്ലാം ഒരുനിമിഷത്തിന്റെ കളികളായിരുന്നു.

അപമാനിതനായി തലയും താഴ്ത്തി അന്ന് ശങ്കരൻകുട്ടി കടന്നുപോകുമ്പോൾ മാധവന്റെ നെഞ്ച് പിളരുകയായിരുന്നു. എത്രയോ തവണ അവൻ ശങ്കരൻകുട്ടിയുടെ മുമ്പിലേക്കു നീട്ടിത്തുപ്പി. അമർഷത്തോടെയാണെങ്കിലും നീട്ടിത്തുപ്പിയത് അവന്റെ ചോര തന്നെയായിരുന്നു.

മറ്റൊരിക്കലും ശങ്കരൻകുട്ടിക്ക് മുബാറക്കങ്ങാടിയിൽ ഇങ്ങനെ തല താഴ്ത്തേണ്ടി വന്നിട്ടില്ല. അവന്റെ അന്നത്തെ ആ ദയനീയമായ പോക്ക് മാധവനെ ഇപ്പോൾ വല്ലാതെ വേദനിപ്പിക്കുന്നുണ്ട്. ശങ്കരൻകുട്ടിയുടെ ചുമൽ കുനിഞ്ഞുപോയിരുന്നു. അവന്റെ മുഖം കരുവാളിച്ചുപോയിരുന്നു. അപ്പോഴത്തെ അവന്റെ മുഖം മനസിൽ കാണുമ്പോൾ മാധവന്റെ കരൾ കത്തുകയാണ്. എത്രകാലത്തെ ബന്ധമാണ്. ഒത്തൊരുമിച്ച് എന്തെല്ലാം ചെയ്തവരാണ്. എത്രരാത്രികൾ കടൽക്കരയിൽ ഉറങ്ങാതെ കിടന്നിട്ടു

ണ്ട്. എന്തിനെല്ലാം തോളോടു തോൾ ചേർന്നിട്ടുണ്ട്. മാധവനു അതെല്ലാമോർക്കുമ്പോൾ പൊട്ടിക്കരയാൻ തോന്നുന്നു.

മൊയ്തീനും വിൻസന്റും ശങ്കരൻകുട്ടിയെക്കുറിച്ചാണ് സംസാരിച്ചു കൊണ്ടിരുന്നത്. മാധവൻ അതിലൊന്നും യാതൊരു താൽപ്പര്യവുമില്ലാത്തതുപോലെ കൈയും തലയ്ക്കുവച്ച് ചരിഞ്ഞുകിടപ്പായി. ശങ്കരൻകുട്ടി ഇങ്ങനെയൊരു കെണിയിൽ ചെന്നു ചാടിയല്ലോ എന്ന ദുഃഖം മാധവന്റെ ഉള്ളിൽ കിടന്നു വേവുകയായിരുന്നു. ചാത്തുണ്ണ്യേട്ടനാണല്ലോ ശങ്കരൻകുട്ടിയെ ഇങ്ങനെ കൊണ്ടുപോയി ചതിക്കുന്നതെന്നോർക്കുമ്പോൾ മനസ്സ് കിടന്നു പിടഞ്ഞു തുള്ളുകയാണ്. ചാത്തുണ്ണ്യേട്ടനെ സെയ്താർ പള്ളി റോഡിലിട്ടു കടിച്ചു കീറാൻ തോന്നുന്നു. കടൽപ്പാലത്തിൽ കയറ്റിക്കൊണ്ടുപോയി കടലിലേക്കു വലിച്ചെറിയാൻ തോന്നുന്നു. തഞ്ചത്തിലൊന്നു കൈയിൽ കിട്ടട്ടെ. നൂറു ചാരായവും വാങ്ങിക്കൊടുത്ത് കോട്ടയ്ക്കകത്തോ കടൽപ്പാലത്തിന് മേലോ ഒന്നുകൂടി പോകണം. മര്യാദയ്ക്ക് മറുപടി പറഞ്ഞില്ലെങ്കിൽ നെഞ്ച് ഇടിച്ചു കലക്കി മറുപടി പറയിപ്പിക്കും. മാധവന്റെ കൈയിൽ നിന്ന് ചാത്തുണ്ണ്യേട്ടൻ രക്ഷപ്പെടുകയില്ല. ആളുകളെ കുടുക്കിലാക്കുന്ന വിദ്യ ചാത്തുണ്ണ്യേട്ടൻ ഇന്നോ ഇന്നലെയോ തുടങ്ങിയതല്ല.

ഇന്നലെ വൈകുന്നേരം ചാത്തുണ്ണ്യേട്ടനെ ഒരു മിന്നൽപോലെ മാധവൻ കണ്ടിരുന്നു. അഞ്ചാറുപേരുടെ കൂടെ റപ്പായിയുടെ ഗോഡൗണിനടുത്തേക്കു നടന്നുപോവുകയായിരുന്നു. കുറേനേരം കാത്തിരുന്നു. അയാൾ വന്നില്ല. വിരാജ്പ്പേട്ടയിലെ ലോറികൾ ഒന്നിനുപിറകെ മറ്റൊന്നായിവരാൻ തുടങ്ങിയപ്പോൾ ചാത്തുണ്ണ്യേട്ടൻ എങ്ങോട്ടേക്കോ അപ്രത്യക്ഷനായി. സന്ധ്യകഴിഞ്ഞപ്പോൾ ചാരായഷാപ്പിലും പൂമരച്ചോട്ടിലും കോട്ടയ്ക്കരികെയുമൊക്കെ ചാത്തുണ്ണ്യേട്ടനെ തിരിഞ്ഞുനടന്നു. കണ്ടില്ല.

ചാത്തുണ്ണ്യേട്ടനെങ്ങോട്ടു പോകാൻ? കാണും. ഇന്നോ നാളെയോ തന്നെ അയാളെ കാണും.

ബസ് സ്റ്റാന്റിനരികിലൂടെ ശങ്കരൻകുട്ടി നടന്നുവരുന്നുണ്ടായിരുന്നു. മൊയ്തീനാണ് അവനെ ആദ്യംകണ്ടത്. ശരീരത്തിലെ വിയർപ്പൊപ്പിക്കൊണ്ട് അവൻ തണൽതേടി വരികയാണ്. ഇതാ, ശങ്കരൻകുട്ടി ഇങ്ങോട്ടു വരുന്നുണ്ടെന്ന് മൊയ്തീൻ മാധവനോടു പറഞ്ഞു. മാധവൻ അനങ്ങിയില്ല. അവൻ പൂമരച്ചോട്ടിലേക്കു വരില്ലെന്നു മാധവനറിയാം. എന്നാൽ അവൻ ഇങ്ങോട്ടു തന്നെ വരുമെന്നായിരുന്നു മൊയ്തീൻ വിചാരിച്ചത്. ഇവരെ രണ്ടുപേരെയും ഒന്നു ലോഹ്യത്തിലാക്കണമെന്ന് മൊയ്തീനു ഉള്ളിലുണ്ടായിരുന്നു.

ശങ്കരൻകുട്ടി പൂമരത്തെ നോക്കാതെ അങ്ങ് നടന്നുപോവുകയായിരുന്നു. അവൻ നേരെ കടപ്പുറത്തേക്കു പോവുകയാണ്. മൊയ്തീനും വിൻസെന്റും അവനെത്തന്നെ നോക്കിക്കൊണ്ടിരുന്നു. പൂമരം കടന്നുപോകുമ്പോൾ മൊയ്തീനു അവനെ വിളിക്കണമെന്നു തോന്നി. മാധവനെ കരുതി വിളിച്ചില്ല.

മാധവനും ശങ്കരൻകുട്ടിയും തെറ്റിപ്പിരിഞ്ഞത് അങ്ങാടിയിൽ പാട്ടാ

യിരിക്കുന്നു. മുതലാളിമാർക്കും ലോറിക്കാർക്കുമൊക്കെ അതിഷ്ടമാണ്. അവരുടെ സൗഹൃദവും കൂട്ടുകെട്ടും മുതലാളിമാർക്കൊരു തലവേദനയായിരുന്നു. വീറോടെ വിരിയുന്ന രണ്ടു നെഞ്ചുകളാണവരുടേത്. ലോറി ഡ്രൈവർമാർക്ക് മാധവനെയും ശങ്കരൻകുട്ടിയെയും കണ്ണെടുത്താൽ കണ്ടുകൂടാ. ക്ലീനർമാരെയും ഡ്രൈവർമാരെയും അങ്ങാടിയിൽ അഴിഞ്ഞാടാൻ അവർ അനുവദിക്കുകയില്ല.

ശങ്കരൻകുട്ടി കൺവെട്ടത്തു നിന്നു മറഞ്ഞപ്പോൾ എന്തുകൊണ്ടോ എല്ലാവരും മൂകതയിലാണ്ടുപോയി. മൊയ്തീൻ അവൻ നടന്നുപോയ വഴിയിലേക്കു നോക്കി ഇരിക്കുകയായിരുന്നു.

"ശങ്കരൻകുട്ടിക്കെനി മാധവനെ വേണ്ട." അതു പറയുമ്പോൾ മാധവന്റെ തൊണ്ട ഇടറുന്നുണ്ടായിരുന്നു. കൂട്ടത്തിൽ നിന്നൊന്നു കടന്നു കളഞ്ഞല്ലോ എന്നാണ് വേദനയോടെ മാധവൻ അപ്പോൾ ഓർത്തുകൊണ്ടിരുന്നത്. എപ്പോഴും ഒരുമിച്ചു ജീവിക്കണമെന്നു വിചാരിച്ചതാണ്. ശങ്കരൻകുട്ടിയെ ജീവിതത്തിന്റെ സകല വഴികളിലൂടെയും കൊണ്ടുപോകുണമെന്ന് മാധവനാഗ്രഹമുണ്ടായിരുന്നു.

കൗസല്യയെ അവനെക്കൊണ്ട് കല്യാണം കഴിപ്പിക്കാൻപോലും മാധവൻ ആലോചിച്ചുവച്ചതാണ്. നിനക്കവനെ കെട്ടാമോ എന്ന് മാധവൻ ഒരിക്കൽ അവളോടു ചോദിച്ചിരുന്നു. കൗസല്യയുടെ തല അന്ന് നാണംകൊണ്ട് കുനിഞ്ഞുപോയി.

അവൾക്ക് അവനെ ഇഷ്ടമായിരുന്നു. ശങ്കരൻകുട്ടിയെ അവൾ പലപ്പോഴും ഇടങ്കണ്ണിട്ടുനോക്കുന്നതും അവന്റെ മുമ്പിൽപ്പെടുമ്പോൾ മാറ് ഒതുക്കിപ്പിടിക്കുന്നതുമൊക്കെ അവൻകണ്ടിട്ടുണ്ട്. അവൾ ശങ്കരൻകുട്ടിയോടടുക്കുന്നതും സ്നേഹത്തിലാകുന്നതുമൊക്കെ മാധവൻ കാത്തിരിക്കുകയായിരുന്നു. അവരെ കൂട്ടിയിണക്കൻ മാധവൻ ആരുമറിയാതെ ഒരു പാലമിട്ടു കൊടുക്കുകയായിരുന്നു.

ആരും കൊത്താത്ത കണ്ടമാണ് കൗസല്യ എന്ന് എല്ലാവർക്കുമറിയാം. അങ്ങാടിക്കൊരലങ്കാരമാണവൾ. കെട്ടും തലയിലേറ്റി അവൾ നടക്കുന്നത് നോക്കി നിൽക്കുന്നതൊരു രസമാണ്. അവൾ നടക്കുമ്പോൾ ഒരു കല്യാണമണ്ഡപം അപ്പാടെ നീങ്ങുന്നതുപോലെയുണ്ടാവും. ആടിത്തളർന്ന തെയ്യത്തെപ്പോലെയാണവൾ പണികയറി അങ്ങാടിയിലൂടെ നടന്നുപോകുന്നത്.

പല മുതലാളിപ്പയ്യന്മാരും അവളെ വലവീശി നോക്കിയതാണ്. അവരുടെയെല്ലാം മുമ്പിൽ കൗസല്യ ആട്ടിത്തുപ്പും. അതറിയുമ്പോൾ മാധവൻ ആഹ്ലാദിക്കും. വിയർപ്പൊഴുക്കി ജീവിക്കുന്ന തടിയോടു കളിക്കാതെടാ എന്നു പറയും.

അങ്ങാടിയിൽ എന്നും അവളുടെ രക്ഷകന്മാർ മാധവനും ശങ്കരൻകുട്ടിയുമായിരുന്നു. അവരെ പേടിച്ചിട്ട് അവളുടെ പിന്നാലെ ആരും മോഹിച്ചു നടക്കുകയില്ല. അവളെ നോക്കി നിൽക്കുന്ന ഡ്രൈവർമാരെപ്പോലും മാധവൻ വിരട്ടാറുണ്ട്.

മുബാറക്കങ്ങാടിയിലെ ചിലരോടൊപ്പം മാധവൻ രഹസ്യമായി പറയുകയും ചെയ്യും. ഓളോടു പൂതിവെക്കണ്ട. അത് ശങ്കരൻകുട്ടിക്കുള്ളതാ.

ഇതൊന്നും ശങ്കരൻകുട്ടി അറിഞ്ഞിരുന്നില്ല. അവനു കൗസല്യ പെങ്ങളായിരുന്നു. കൗസല്യയുടെ പ്രായത്തിലുള്ള എല്ലാ പെണ്ണുങ്ങളെയും അവൻ പെങ്ങളേ എന്നേ വിളിക്കാറുള്ളൂ.

രണ്ടുമണിയാവുന്നു ഇനി പൂമരം തനിച്ചാവും. അവരെല്ലാം പോകാൻ തുടങ്ങുകയായിരുന്നു. അവരുടെ പിന്നിൽ ഇത്തിരി അകലെനിന്ന് കൗസല്യയും നടന്നുവരുന്നുണ്ടായിരുന്നു. അസ്ത്രം വിട്ടുപോലെയാണവൾ വരുന്നത്. അവൻ അവളെ തിരിഞ്ഞു തിരിഞ്ഞു നോക്കിക്കൊണ്ടിരുന്നു. അന്നാദ്യമായി മാധവന്റെ മനസ്സ് അവളിലേക്കു നടക്കുകയായിരുന്നു. അവൾ അവന്റെ നെഞ്ചിനു ചുറ്റും തെയ്യംകെട്ടി ആടുകയായിരുന്നു. അവൻ കൂട്ടം തെറ്റി പതുക്കെ നടന്നു, പതുക്കെ നടക്കാനറിയുന്നവനല്ല മാധവൻ. പിന്നിൽ നിന്നു നടന്നു വരുന്ന പെണ്ണുങ്ങളെ ഇങ്ങനെ തിരിഞ്ഞുനോക്കുന്നവനുമല്ല മാധവൻ. അവന്റെ സ്വഭാവത്തിൽപ്പെടാത്ത എന്തൊക്കെയോ അവന്റെ മനസിൽ വന്നു വീഴുകയായിരുന്നു.

അവൾ മാധവന്റെ തൊട്ടു പിറകെ എത്തിക്കഴിഞ്ഞിരുന്നു. മനസിൽ അവൻ അവളോടെന്തൊക്കെയോ പറയുകയായിരുന്നു. കൗസല്യേ്യാടൊരു കാര്യംപറയാനുണ്ട്. മെല്ലെ നടക്ക്. അവന്റെ മനസിങ്ങനെ പറയുകയായിരുന്നു. അങ്ങാടീയിലെത്തുന്നതിനു മുമ്പ് ഞാനത് പറയും.

അഞ്ച്

അന്ന് വൈകുന്നേരം മുല്ലപ്പൂവച്ച് സെന്റും പുരട്ടി ശാന്തമ്മ അങ്ങാടിയിലേക്കു പോരുമ്പോൾ സുമതിയെക്കുറിച്ചുള്ള കുറെ കഥകളും കൂടെ കൊണ്ടുവന്നു. അഴീക്കലംശത്തിലെ കഥകൾ ശാന്തമ്മയാണാദ്യം അങ്ങായിടിലെത്തിക്കുന്നത്. മൂലപ്പറമ്പത്തുനിന്ന് നാലഞ്ചു വീടകലെയാണ് അവളുടെ വീട്. അവിടത്തെ കഥ ജനങ്ങളോട് പറയുന്നതിൽ ശാന്തമ്മയ്ക്ക് പ്രത്യേകമായൊരു താൽപ്പര്യമുണ്ട്. മൂലപ്പറമ്പത്തുകാരാരും അവളോട് മിണ്ടാറില്ല. രാമൻവൈദ്യരാണെങ്കിൽ അവളെ കാണുമ്പോൾ വെറുപ്പോടെ മുഖം തിരിച്ചു കളയും.

ഗോഡൗണുകളുടെ മുമ്പിലൂടെയും ലോറികൾക്കരികിലൂടെയും രണ്ട് ചാല് നടന്നിട്ടും ആ കഥകൾ പറയാൻ അവൾക്കാരെയും കിട്ടിയില്ല. പൂക്കാരി ജാനകിഅമ്മയെയാണ് അവൾ ആദ്യം തിരഞ്ഞുകൊണ്ടിരുന്നത്. കിഴവിയുടെ ചെവിയിൽ കിട്ടിയാൽ അത് പരന്നോളും. പിന്നെ അവളുടെ മനസിലുണ്ടായിരുന്നത് കൗസല്യയായിരുന്നു. കൗസല്യയെ അവൾക്ക് തീരെ ഇഷ്ടമല്ല. എന്നാലും കൗസല്യയോടൊന്നു പറയണം.

ശാന്തമ്മയെ ശങ്കരൻകുട്ടി അങ്ങാടിയിൽ നിന്നെറിഞ്ഞോടിക്കുമ്പോൾ കൗസല്യ നിന്ന് ചിരിക്കുമായിരുന്നു. ഒടുവിൽ കൗസല്യയും ശാന്തമ്മയെ തെറിവിളിച്ചിട്ടുണ്ട്. എന്നാലും കൗസല്യയെ കാണുമ്പോൾ ശാന്തമ്മ ചിരിക്കും.

വളരെ നേരത്തെയാണിന്ന്. ഒരിടത്ത് നിൽക്കാനോ ഇരിക്കാനോ അവൾക്കു കഴിയില്ല. അവൾ അങ്ങാടിയിലെ എല്ലാ റോഡുകളിലൂടെയും നടന്നു. ഇന്ന് നേരത്തെ തന്നെ വന്നതിൽ ശാന്തമ്മയ്ക്കൊരു സന്തോഷമുണ്ട്. കുറെ മാസങ്ങളായി കാണാത്ത ഒരാളെ കണ്ടു. മൈസൂർക്കാരനായ ആ ഡ്രൈവർ ശാന്തമ്മയെ വേഗം തിരിച്ചറിഞ്ഞപ്പോൾ ശാന്തമ്മ

ആരുംകാണാതെ അയാളുടെ നേർക്കൊന്നു കൊഞ്ഞനംകാട്ടി. അയാൾ സ്നേഹത്തോടുകൂടി അവളെ നോക്കുകയും ചെയ്തിരുന്നു. ഈ ചുറ്റുവട്ടത്തിൽത്തന്നെ താനുണ്ടാവുമെന്ന് കണ്ണുകൾകൊണ്ടും മുടിക്കെട്ടുകൊണ്ടും അവൾ പറഞ്ഞിരുന്നു. പക്ഷേ, ഇനിയുമെത്രയോ സമയമുണ്ട്. സൂര്യനസ്തമിക്കണം. ഇരുട്ടാവണം.

അങ്ങാടിയിൽ ലോറികളുടെ ബഹളമാണ്. മനുഷ്യർക്ക് ഒന്ന് നടക്കാൻപോലും കഴിയുന്നില്ല. മലയിൽ നിന്ന് ഇഞ്ചിയും കൊപ്രയും കുരുമുളകുമൊക്കെ ഇറങ്ങുകയാണ്. ഭീമസേനനെപ്പോലെയുള്ള മലയിലെ ഡ്രൈവർമാർ ബീഡിയും ചുണ്ടെത്തുവച്ച് അങ്ങാടിയിലലയുകയാണ്. ശാന്തമ്മയ്ക്ക് മലമ്പ്രദേശത്തു നിന്ന് വരുന്ന തടിയൻ ഡ്രൈവർമാരെ കാണുമ്പോൾ പേടിയാണ്.

അവൾ ഗോഡൗണുകൾക്കരികിലൂടെ വീണ്ടുമൊരു ചാല് നടക്കാൻ തുടങ്ങിയിരുന്നു. കൗസല്യയെ ഒന്നു കണ്ടുപിടിക്കണം. അവൾ ജോലി മതിയാക്കി അങ്ങാടിയിൽ നിന്നു കയറാൻ സമയമായിട്ടില്ല. അവളെയൊന്നു കണ്ടുകിട്ടാൻ വലിയ പാടാണ്. ആളുകൾ കാണെ അവൾ തന്നോടു സംസാരിക്കുകയില്ലെന്ന് ശാന്തമ്മയ്ക്കറിയാം. ശാന്തമ്മ കൗസല്യയെ കാണുമ്പോഴെല്ലാം സംസാരിക്കും. എന്നാൽ കൗസല്യ ചിലപ്പോഴേ ശാന്തമ്മയ്ക്കു ചെവി കൊടുക്കുകയുള്ളൂ. കൗസല്യയെ വെറുപ്പിക്കുന്നതത്ര നല്ലതല്ല എന്ന് ശാന്തമ്മ ലീലയോടും കുഞ്ചിരയോടുമൊക്കെ നേരത്തെ പറയാറുണ്ട്.

ശങ്കരൻകുട്ടിയും മാധവനും വിൻസന്റുമൊക്കെ കൗസല്യയുടെ കൈയിലാണെന്നു വിശ്വസിക്കുന്നവരുണ്ട്. ശാന്തമ്മയും അക്കൂട്ടത്തിലാണ്. അങ്ങാടിയിൽ ജോലിക്കു വരുന്ന മറ്റു പെണ്ണുങ്ങൾക്കും കൗസല്യയോടു അസൂയയാണ്. അവളെപ്പോഴും വെള്ളവസ്ത്രമേ ധരിക്കാറുള്ളൂ. അവളുടെ വെള്ളവസ്ത്രം അങ്ങാടിയിലെ ആണുങ്ങൾക്കിഷ്ടമാണ്. ഓ ഒരുവെള്ളക്കാരി എന്ന് മറ്റു പെണ്ണുങ്ങൾ പറയാറുണ്ട്. തന്നെപ്പറ്റി ആരെന്തുപറഞ്ഞാലും കൗസല്യ വകവയ്ക്കുകയില്ല.

കൗസല്യ അങ്ങാടിയിലെ നല്ല പെണ്ണാണ്. ആരും അവളോട് വേണ്ടാത്ത വാക്കുകൾ പറയുകയില്ല. അവളുടെ പിന്നിൽ അങ്ങാടിയിലെ പ്രേമത്തിന്റെയോ അഴിഞ്ഞാട്ടത്തിന്റെയോ കഥകളില്ല. ആണുങ്ങളെ ബഹുമാനിച്ചുകൊണ്ടാണ് അവൾ അങ്ങാടിയിലെ നല്ല പെണ്ണായത്. അവളുടെ മുഖത്താരും ഒന്നു തറപ്പിച്ചു നോക്കുകപോലുമില്ല. നിത്യവും രാവിലെ അങ്ങാടിക്കലങ്കാരമായ ഒരു പൂവാണവൾ. അങ്ങാടിയിലെ ചെറുപ്പക്കാരായ തൊഴിലാളികളുടെയെല്ലാം സ്വപ്നങ്ങളിൽ കൗസല്യ കടന്നുവരാറുണ്ട്. പക്ഷേ, അവൾക്കെല്ലാവരും ഏട്ടന്മാരാണ്.

ശാന്തമ്മ കയറില്ലാത്ത പശുവിനെപ്പോലെ അലഞ്ഞലഞ്ഞ് ഫ്രൂട്ട് മാർക്കറ്റിലെത്തി. ഫ്രൂട്ട് മാർക്കറ്റിൽ നല്ല തിരക്കായിരുന്നു. കുടകിൽ നിന്ന് ഓറഞ്ചും പൈനാപ്പിളും വന്നിട്ടുണ്ട്.

കൗസല്യ ഉമ്മൻ മുതലാളിയുടെ കടയിൽ ഓറഞ്ച് അടുക്കിവയ്ക്കു

കയായിരുന്നു. ശാന്തമ്മ പതുക്കെപ്പതുക്കെ അങ്ങോട്ടുചെന്നു. എന്തുകൊണ്ടോ കൗസല്യ അവളോടു ചെറുതായൊന്നു ചിരിക്കുകയുണ്ടായി. പിന്നെ അവൾ ശാന്തമ്മയെ ഗൗനിച്ചില്ല.

ശാന്തമ്മ ഉമ്മൻ മുതലാളിയുടെ ഓറഞ്ചുകടയുടെ തൂണിനുമറവിൽ നിൽപ്പായി. എങ്ങനെയാണ് പറഞ്ഞുതുടങ്ങേണ്ടതെന്നറിയാതെ അവൾ വിഷമിക്കുകയായിരുന്നു. കൗസല്യയാണെങ്കിൽ ധൃതിയിൽ ജോലി ചെയ്യുകയുമാണ്. പണി കയറാൻ ഇനിയും നേരമാവും.

ശാന്തമ്മ മെല്ലെ കൗസല്യേ എന്നു വിളിച്ചു. അവൾ ആ വിളികേട്ടില്ല, വീണ്ടും വിളിച്ചപ്പോൾ കൗസല്യ തല പൊക്കി നോക്കി.

"കൗസല്യേ നിനക്കൊരു കാര്യം കേക്കണോ?"

കൗസല്യ മിണ്ടിയില്ല. ശാന്തമ്മ തൂണിൽ നഖംകൊണ്ട് ചിത്രം വരയ്ക്കുകയായിരുന്നു.

"കൗസല്യേ ശങ്കരങ്കുട്ട്യേട്ടനൊര് കൊഴപ്പത്തിലാ ചെന്ന് ചാടീരിക്ക്ന്നത്."

"എന്താ കുഴപ്പം ശാന്തമ്മേ. വല്യേ തറാട്ടിലെല്ലേ?"

"തറവാട് തന്നെ. ശങ്കരൻകുട്ട്യേട്ടൻ നാറിപ്പോകും. ഇമ്മനുഷൻ ഇങ്ങനൊരു ബുദ്ധീല്ലാത്തോനായിപ്പോയല്ലോ."

"എന്താന്ന് കാര്യം പറ ശാന്തമ്മേ."

ശാന്തമ്മ ഇത്തിരിനേരം ഒന്നറച്ചു നിന്നിട്ട് ഒറ്റവീർപ്പിലങ്ങ് പറയുകയായിരുന്നു. "കാര്യെന്ത് പറയാനാ... ആപ്പെണ്ണ് അക്കരേല്ള്ള ഒരുത്തന്വായിട്ട് നാലഞ്ചുകൊല്ലായി ലൗവ്വാണ്."

ശാന്തമ്മ തൂണിൽപ്പിടിച്ചുകൊണ്ടു തന്നെ കൗസല്യയുടെ കാതിനടുത്തേക്കു കുനിഞ്ഞുകൊണ്ട് പറഞ്ഞു. "ഇന്നലെ സന്ധ്യേരത്ത് ഞാം പൊഴേ കുളിക്കാം പോയപ്പോ തെങ്ങുംകൂട്ടത്തിന്നൊരടക്കിപ്പിടിച്ച് കരച്ചില്. ഞാം മെല്ലെ ഒളിച്ചൊളിച്ച് ചെന്നോക്കുമ്മം ഒരാണും പെണ്ണും നിന്ന് കെട്ടിപ്പിടിച്ചു കരേന്ന്. എന്നെക്കണ്ടപ്പം രണ്ടും രണ്ട് വഴിക്കങ്ങോടിപ്പോയി. സുമത്യായിരുന്നു അത്."

ശാന്തമ്മ മൂക്കത്തു വിരൽ വച്ചുകൊണ്ട് നിന്നു. കൗസല്യ പണി നിറുത്തിവച്ച് കേൾക്കുകയായിരുന്നു.

"ഇത് പിന്നെ എങ്ങന്യാ ശാന്തമ്മേ നടക്ക്വാ?"

"ആരിക്കറിയാ.. രണ്ടെണ്ണോം പൊഴെത്തുള്ളി ചാവ്വോ മറ്റോ ചെയ്താ."

കൗസല്യ വല്ലാതെ വിഷമിച്ചങ്ങനെ നിൽക്കുകയായിരുന്നു.

പോകാൻ തുടങ്ങുമ്പോൾ ശാന്തമ്മ വീണ്ടും പറയുകയായിരുന്നു: "പെണ്ണിനു ഗർഭാന്നാ ശുറുതി."

കൗസല്യ ഒരു നിമിഷം സ്തംഭിച്ചു നിന്നുപോയി. ശാന്തമ്മ പോവുകയായിരുന്നു.

ഈ കഥ ശാന്തമ്മ സന്ധ്യയാകുന്നതിനുമുമ്പു തന്നെ പലരോടും പറഞ്ഞു. ശാന്തമ്മയുടെ നാവ് അങ്ങാടിയിൽ വിതറിയ ആ കഥ കള്ളു

ഷാപ്പുകളിലേക്കും ചാരായഷാപ്പുകളിലേക്കും പോകാൻ ഒരുങ്ങുകയായിരുന്നു.

ശങ്കരങ്കുട്ട്യേട്ടനെപ്പോലെയുള്ള നല്ലൊരു മനുഷ്യനിങ്ങനെ പറ്റിയല്ലോയെന്നോർത്തു പരിതപിച്ചുകൊണ്ട് കൗസല്യ റോഡിലേക്കു കയറുമ്പോൾ മാധവൻ തെക്കുനിന്ന് നടന്നുവരുന്നുണ്ടായിരുന്നു. അവൾ അവനെ കാത്തുനിന്നില്ലെങ്കിലും മനസ്സ് കാത്തുനിൽക്കുകയായിരുന്നു. നേരം നന്നെ വൈകി. വീട്ടിലെത്തുമ്പോൾ ഇരുട്ടാവും. എന്നിട്ടും മാധവനെ കാത്തിരിക്കുന്ന മനസിന്റെ കാലുകൾ കൊണ്ടേ അവൾക്ക് നടക്കാൻ കഴിഞ്ഞുള്ളൂ.

മനസിനെ നിയന്ത്രിക്കാനാവാതെ അവളൊന്നു തിരിഞ്ഞുനോക്കി. അവൻ അടുത്തെത്തിക്കഴിഞ്ഞിരുന്നു. വീണ്ടും നാലഞ്ചടി നടന്ന് ചുറ്റും ആളുകളുണ്ടെന്നോർക്കാതെ അവൾ അവിടെനിന്നു. വരട്ടെ, മാധവേട്ടൻ വരട്ടെ. മാധവേട്ടനെ കാത്തുനിന്നാൽ ആരാ ചോദിക്കാൻ? ചോദിക്കുന്നവന്റെ വകയല്ലല്ലോ കൗസല്യ. ആ ചിന്ത നീളുന്നതിനുമുമ്പുതന്നെ മാധവൻ അവളുടെ മുമ്പിൽ നിൽക്കുകയായിരുന്നു. സന്ധ്യയായെന്നവൾ മറന്നു. മാധവന്റെ മുമ്പിലങ്ങനെ നിൽക്കുമ്പോൾ മധുരമായ ഒരഹങ്കാരം മനസിൽ വന്നു വീഴുകയായിരുന്നു.

"മാധവേട്ടാ എന്റോടി പൊരവരെയൊന്ന് നടക്കോ?" ഒരു കുഞ്ഞിനെപ്പോലെയാണവൾ ചോദിച്ചത്.

"വാ വേഗം.. വാ.." എന്നുപറഞ്ഞുകൊണ്ട് മാധവൻ അവളുടെ മുമ്പിൽ കയറി നടന്നു. പണ്ടൊരിക്കൽ ഇങ്ങനെയൊരു സന്ധ്യ നേരത്ത് ശങ്കരൻകുട്ടി വീട്ടിലേക്കു കൊണ്ടുവിട്ടത് അവളോർത്തു.

മെയിൻ റോഡ് കഴിഞ്ഞ് വെളിച്ചം കുറഞ്ഞ ഊടുവഴിയിലെത്തിയപ്പോൾ മാധവൻ അവളോടു മുമ്പിൽ കയറി നടക്കാൻ പറഞ്ഞു. മാധവൻ തനിക്ക് കൂട്ടായി വരുന്നുവെന്നാലോചിക്കുമ്പോൾ അവൾക്ക് നേരിയൊരു ഭയവും അതിലേറെ രസവും തോന്നുകയായിരുന്നു. വഴിയിൽ ആളുകളൊന്നുമുണ്ടായിരുന്നില്ല. എന്നിട്ടും മാധവനൊന്നും മിണ്ടുന്നില്ലായിരുന്നു. എന്താ ഈ മാധവേട്ടനൊന്നു മിണ്ട്യാ കൗസല്യ ആലോചിക്കുകയായിരുന്നു. മനസിലെവിടെയോ അവൾ കിടന്നു വിങ്ങുകയായിരുന്നു.

എന്തേലും പറയൂ മാധവേട്ടാ എന്നു പറഞ്ഞ് അവളൊന്നു തിരിഞ്ഞുനോക്കി. അപ്പോൾ അവളുടെ വിയർപ്പിന്റെ മണം മാധവന്റെ മൂക്കിലേക്കു നുഴഞ്ഞുകയറി. അവളെ നെഞ്ചോടു ചേർത്തുപിടിക്കാൻ അവൻ കൊതിക്കുകയായിരുന്നു. ഇന്നല്ല പെണ്ണേയെന്നോർത്തവൻ സ്വയം നിയന്ത്രിക്കുകയായിരുന്നു.

"ശങ്കരങ്കുട്ടീന്റെ സമ്മതം ഇമ്മാസം ഇരുപത്തെട്ടിനാ. നിയ്യറിഞ്ഞോ?" മാധവൻ ചോദിച്ചു. അപ്പോൾ കൗസല്യയിൽ നിന്നൊരു ദീർഘനിശ്വാസമാണ് പുറത്തുവന്നത്. പിന്നെ ശാന്തമ്മ പറഞ്ഞ കഥ മെല്ലെ മെല്ലെ അവൾ പറഞ്ഞുതീർത്തു. ഇതെല്ലാം നേരത്തേ തനിക്കറിയാമെന്ന്

പറഞ്ഞ് മാധവൻ എന്തോ ശബ്ദമുണ്ടാക്കി. പിന്നെ അവൻ പല്ലുകൾകൂട്ടി ഞെരിച്ചു.

ശബ്ദം ഉയർത്തിക്കൊണ്ട് മാധവൻ പറഞ്ഞു: "കൗസല്യേ, ആ ചാത്തുണ്ണീനെ ഞാൻ അങ്ങാടീലിട്ടടിച്ചെല്ലൊടിക്കും."

കൗസല്യയ്ക്ക് പേടിയാവുന്നുണ്ടായിരുന്നു. അവൾക്ക് മാധവനെ നന്നായറിയാം. പറഞ്ഞത് ചെയ്യുന്നവനാണ് മാധവൻ.

കൗസല്യയുടെ വീട് കാണാറായപ്പോൾ അവൾ പറഞ്ഞു: "ഇനി മാധവേട്ടൻ പോ." പക്ഷേ അവനൊന്നും പറയാതെ അവളോടൊപ്പം നടക്കുകതന്നെയായിരുന്നു. വീടിനു മുമ്പിലെത്തിയപ്പോൾ അവൻ ട്രൗസറിന്റെ കീശയിൽ നിന്നൊരു പൊതിയെടുത്ത് കൗസല്യക്കു നീട്ടി. എന്തായിരുന്നു ചോദിക്കാൻ അവൾക്ക് നാവു പൊങ്ങിയില്ല. അവൾ ആ പൊതി വാങ്ങുന്നതിനിടയിൽ ഒരു മായാജാലത്തിലെന്നപോലെ അവൻ അവളുടെ വലതു കൈയിൽ നിന്നൊരു വള ഊരിയെടുത്തു. വള ഊരിയെടുക്കുന്നതിനിടയിൽ അവളുടെ വിയർപ്പിന്റെ ഗന്ധം അവൻ ആസ്വദിക്കുകയുമുണ്ടായി.

ആറ്

ശാന്തമ്മ അങ്ങാടിയിലെന്തൊക്കെയോ പറഞ്ഞു നടക്കുന്നുണ്ടെന്ന് ശങ്കരൻകുട്ടി അറിയുന്നുണ്ടായിരുന്നു. ചാത്തുണ്ണ്യേട്ടൻ ഇന്നലെ മുതൽ ശാന്തമ്മയെ നോക്കി നടക്കുന്നുണ്ട്. അവളെ കടൽപ്പാലത്തിനടുത്ത് കൂട്ടിക്കൊണ്ടുപോയി തലചുറ്റിപ്പിടിച്ച് നാഭിക്കൊരു ചവിട്ടുകൊടുക്കുമെന്നാണ് ചാത്തുണ്ണ്യേട്ടൻ പറഞ്ഞത്.

ശങ്കരൻകുട്ടിയും അവളെ അന്വേഷിക്കുകയായിരുന്നു. അവളുടെ സങ്കേതങ്ങളിലെല്ലാം അവൻ ചെന്നു നോക്കി. എന്തായാലും അവളെ കണ്ടിട്ടേ പോകുന്നുള്ളൂ എന്ന തീരുമാനത്തോടെ അവർ കടപ്പുറത്തേക്കു നടന്നു.

മുബാറക്കങ്ങാടിയിലെ പ്രധാന സംസാരവിഷയം ശങ്കരൻകുട്ടിയായി മാറുകയായിരുന്നു. ജോലി സമയത്തും വിശ്രമിക്കുമ്പോഴും കള്ള് ഷാപ്പിലിരിക്കുമ്പോഴും അങ്ങാടിക്കാർ ശങ്കരൻകുട്ടിയെപ്പറ്റിത്തന്നെ സംസാരിച്ചു. അങ്ങാടി അവനെ പരിഹസിക്കുകയായിരുന്നു. മുബാറക്കങ്ങാടി അവനെ തള്ളിപ്പറയുകയായിരുന്നു. അവന്റെ നേർക്ക് കാർക്കിച്ച് തുപ്പുകയായിരുന്നു. പക്ഷേ, അവനിതൊന്നുമറിയുന്നുണ്ടായിരുന്നില്ല.

മൂലപ്പറമ്പത്തുകാരുടെ ഭൂതകാലവും അങ്ങാടിയിലേക്കു വലിച്ചിഴക്കപ്പെടുകയായിരുന്നു. പല രഹസ്യങ്ങളുടെയും അറകളിലേക്കുള്ള വാതിലുകൾ അങ്ങാടിക്ക് തുറന്നു കിട്ടുകയായിരുന്നു. ആ അറകളിൽ നിന്നോരോരോ കഥകൾ പുറത്തുവന്നു.

രാമൻവൈദ്യരുടെ എല്ലാ പെൺമക്കളും വലിയ പ്രേമക്കാരികളായിരുന്നു. ഇവൾ ഈ സുമതി പത്താംക്ലാസിൽ, പഠിക്കുന്ന കാലത്തേ ഒരു പ്രേമക്കാരിയായിരുന്നു. ഇവൾക്ക് മാസത്തിലോരോ കാമുകനായിരുന്നു. അവസാനത്തെ കാമുകനാണ് ഈ മുസ്ലീം പയ്യൻ. പുഴയ്ക്കക്കെ

രെയുള്ള ഒരുവലിയ പണക്കാരന്റെ മകനാണിവൻ. പെണ്ണിന് ഗർഭമാവുകയും പയ്യൻ ഗൾഫിലേക്കു പോവുകയും ചെയ്തു.

അവളാടിക്കൊടുത്തു അവനൊന്നു സുഖിച്ചു.

അങ്ങാടി തലയൊന്നു നിവർത്തിപ്പിടിച്ചു തന്നെ ചോദിച്ചു; അതിന്ന് അവളെ കഴുത്തിൽ കെട്ടിനടക്കണമെന്നുണ്ടോ? അല്ലെങ്കിലും മുസ്ലിം പയ്യന്റെ കൂടെ പെണ്ണിനെ വൈദ്യർ വിടുമോ?

വേദനയോടെ അങ്ങാടി പറഞ്ഞു: വൈദ്യർ അമ്പതിനായിരം നീട്ടിയപ്പോൾ ഈ മലമാടൻ ശങ്കരൻകുട്ടി വീണു. ചാത്തുണ്ണ്യേട്ടൻ മധ്യത്തിൽ നിന്നുകൊണ്ടൊരു കുട്ടിക്കരണം മറിഞ്ഞു. ചാത്തുണ്ണ്യേട്ടനും കിട്ടി അയ്യായിരം.

അങ്ങാടി ഇങ്ങനെ ആശ്വസിക്കുകയുമായിരുന്നു. എന്തായാലെന്താ. കൊന്നമരം പോലുള്ള പെണ്ണല്ലേ. മറ്റു നിലയിൽ ശങ്കരൻ കുട്ടിക്ക് മൂലപ്പറമ്പത്തെ മുറ്റത്ത് ചെല്ലാൻ യോഗ്യതയുണ്ടോ?

കഥകളോരോന്നായി അറകൾ തുറന്നിറങ്ങുകയായിരുന്നു.

ശങ്കരൻകുട്ടിക്ക് കിട്ടിയ അമ്പതിനായിരം രൂപ സുമതിയുടെ പേരിൽ സൗദീന്നു തന്നെ വന്നതാണ്. ആ മുസ്ലീം പയ്യൻ അമ്പതിനായിരം രൂപ കൊടുത്ത് ഗർഭക്കേസിൽ നിന്നൊഴിവായി. അവന്റെ പണം വൈദ്യർ ശങ്കരൻകുട്ടിക്ക് കൊടുത്തുവെന്നു മാത്രം.

പഴയ തൊഴിലാളി നേതാവായ ഇമ്പിച്ചി മൊകയൻ അവ്വേക്കർ മുതലാളിയോട് ഒരു കാര്യം പറഞ്ഞു: "മുതലാളീ, ഇപ്പറയുന്നതൊന്നും ശരിയല്ല. ഈ പെണ്ണിന് എല്ലാക്കൊല്ലവും ചൂടുകാലമാവുമ്പോൾ തലയ്ക്കൊരു സ്ഥിരക്കേട് വരും. മൂന്നുമാസം പെണ്ണ് ആരോടും മിണ്ടാതെ അകത്തു കയറി ഇരുന്നുകളയും. പെണ്ണിന്റെ ഈ രോഗം കല്യാണം കഴിഞ്ഞാലങ്ങ് മാറുമായിരിക്കും. ശങ്കരൻകുട്ടിയായാൽ കുഴപ്പമുണ്ടാവുകയില്ല എന്ന് വൈദ്യർ വിചാരിച്ചുകാണും. അവനവിടെ താമസമായാൽ പെണ്ണ് വൈദ്യരുടെ മുമ്പിൽത്തന്നെ ഉണ്ടാകുമല്ലോ. എനിക്കിതൊക്കെ നന്നായറിയുന്ന കാര്യമാ."

അങ്ങാടിയുടെ ചില കോണുകളിൽ വേറൊരു രസകരമായ കഥയും പ്രചരിക്കുന്നുണ്ടായിരുന്നു. വൈദ്യരിപ്പോൾ ആനമലയിൽ നിന്നു വന്ന ഒരു സ്വാമിയുടെ ശിഷ്യനാണ്. കുട്ടിക്കാലം മുതലേ ഉള്ളതാണ് വൈദ്യർക്ക് കാവിയുടുത്തു സ്വാമിയാരുടെ സേവ. എത്രയോ സ്വാമിമാർ മൂലപ്പറമ്പത്ത് താമസിച്ചിട്ടുണ്ട്. അവർ ഉപേക്ഷിച്ചു പോകുന്ന മെതിയടികൾ വൈദ്യർ പൂജിക്കുന്നു. ജീവിതത്തിലെ ഏതു കാര്യവും ഏതെങ്കിലും സ്വാമിയോട് ചോദിച്ചേ വൈദ്യർ ചെയ്യുകയുള്ളൂ. അവസാനത്തെ മകളെ ഒരു ചുമട്ടുകാരന് കെട്ടിക്കൊടുക്കണമെന്ന് ആനമലയിലെ സ്വാമി വൈദ്യരെ ഉപദേശിച്ചു. വിയർപ്പൊഴുക്കി ജീവിച്ച ഒരു തടി കയറി വന്നാലേ തറവാട് നിലനിൽക്കുകയുള്ളൂ.

ഈ കഥ മുബാറക്കങ്ങാടിയെ ചിരിപ്പിച്ചു.

അങ്ങാടിയിൽ പരന്നുകൊണ്ടിരുന്ന ഇങ്ങനെയുള്ള ഓരോരോരോ കഥകളിലൂടെ ശങ്കരൻകുട്ടി അവനറിയാതെ ഒറ്റപ്പെടുകയായിരുന്നു. അവനെതിരായി മുബാറക്കങ്ങാടിയിൽ ശക്തമായൊരു കാറ്റുവീശുകയായിരുന്നു.

അസ്തമിച്ചുകൊണ്ടിരുന്ന സൂര്യനെ നോക്കി അവൻ കടപ്പുറത്തു കിടന്നു. രാത്രിയാവുന്നതുവരെ അവിടെത്തന്നെ കിടക്കണമെന്നുണ്ടായിരുന്നു. മനസ്സ് അസ്വസ്ഥമാവുമ്പോൾ എപ്പോഴും അവൻ ഇങ്ങോട്ടാണ് പോരുന്നത്, തിരമാലകളെ നോക്കി ഇരിക്കാൻ. ഭൂമിയുടെ അമ്മയാണ് കടലെന്ന് ഒരിക്കൽ നാരായണൻ മാഷ് അവന് പറഞ്ഞുകൊടുത്തിരുന്നു. ദുഃഖമുണ്ടാകുമ്പോൾ ശങ്കരങ്കുട്ട്യേ നീ ചെന്ന് അമ്മയുടെ മുമ്പിൽ ഇരിക്കുക. വർഷങ്ങൾക്കപ്പുറത്തുനിന്ന് അവൻ ആ ശബ്ദം കേൾക്കുകയായിരുന്നു. ശങ്കരൻകുട്ടീ, നിന്നെപ്പോലെയും എന്നെപ്പോലെയുമുള്ള കോടാനുകോടി മക്കളുടെ കണ്ണുനീരാണ് നിന്റെ മുമ്പിൽ തിരമാലകളായുയരുന്നത്. എന്നാലും കരയാത്ത മക്കളെയാണമ്മയ്ക്കിഷ്ടം. ഒരിക്കലും... ഒരിക്കലും മോനേ.. കരയരുത്.

ശങ്കരൻകുട്ടി ഒരിക്കലും കരഞ്ഞില്ല.

തന്നെ അക്ഷരംപഠിപ്പിച്ച, ജീവിതം പഠിപ്പിച്ച സ്നേഹവും ദയയും കാരുണ്യവും മനസിലേക്കിട്ടുതന്ന നാരായണൻ മാഷ് തന്നിൽനിന്നകന്നു പോകുകയാണെന്നോർത്തപ്പോൾ ശങ്കരൻകുട്ടിക്ക് കരയാൻ തോന്നുന്നു. പക്ഷേ, ഒരിക്കലും കരയരുതെന്ന് നാരായണൻ മാഷ് പറഞ്ഞിരുന്നല്ലോ.

എന്തിനാണ് നാരായണൻ മാഷ് തന്നിൽ നിന്നകന്നു പോകുന്നതെന്ന് ശങ്കരൻകുട്ടിക്കറിയില്ല.

ശങ്കരൻകുട്ടി എഴുന്നേറ്റ്, കടൽപ്പാലത്തിന്റെ അരികുപറ്റി നടന്നു. ടിപ്പുവിന്റെ കോട്ടയ്ക്കു മുമ്പിലെത്തിയപ്പോൾ പെട്ടെന്ന് ശാന്തമ്മ മനസിലേക്കു കടന്നുവന്നു. അവൾ ഒരു കൂർത്ത കല്ലുപോലെയാണ് മനസിൽ വന്നുവീണത്. പിന്നെ ഏതോ ലക്ഷ്യത്തിലേക്കെന്നപോലെ അവൻ ധൃതിയിൽ നടക്കുകയായിരുന്നു. അവൻ ഉറക്കെത്തന്നെ പറഞ്ഞു: “എടീ ശാന്തമ്മേ നിന്നെയെല്ലാം ശങ്കരങ്കുട്ടി സ്നേഹിച്ചിട്ടുണ്ട്. നിന്റെ നാവ് ഞാനരിഞ്ഞുകളയും.”

മുമ്പിൽ ആരെയും അവൻ കണ്ടില്ല. അവന്റെ കണ്ണുകൾ സ്വന്തം മനസിലേക്ക് ആഴ്ന്നിറങ്ങിപ്പോയിരുന്നു. അപ്പോൾ അവൻ അവന്റേതല്ലാത്ത ഒരു മനസിലൂടെയാണ് നടന്നുകൊണ്ടിരുന്നത്.

മുബാറക്കങ്ങാടിയിലെത്തിയപ്പോൾ അവന്റെ കാലുകൾ തളരുകയായിരുന്നു. കുറച്ചകലെ ഗോഡൗണിനടുത്തേക്കു നടന്നുകൊണ്ടിരുന്ന ശാന്തമ്മയുടെ ചിത്രമാണവന്റെ കാലുകളെ തളർത്തിയത്. പക്ഷേ, മനസ്സ് ഒരു കത്തിയായി അവളുടെ അടുത്തേക്കു നീളുകയായിരുന്നു. അവന്റെ മനസ്സ് അവനെ വിട്ടകലുന്നതവൻ അറിയുന്നുണ്ടായിരുന്നില്ല. കാലുകൾക്കിടയിൽ ഭൂമി കുഴിയുന്നതുപോലെ മനസ് ഭ്രാന്തമായി പുറത്തേക്കിറങ്ങുകയായിരുന്നു.

ശാന്തമ്മ ചരക്കുമായി വന്ന ഒരു ലോറിയുടെ മറപറ്റി നിൽക്കുന്നത് ശങ്കരൻകുട്ടി കണ്ടു. ശങ്കരൻകുട്ടി അവളെ തുറിച്ചുനോക്കിക്കൊണ്ടിരിക്കുന്നത് അവളും കണ്ടു.

ശാന്തമ്മ ഗോതമ്പ് ഗോഡൗണിനടുത്തേക്കു നീങ്ങുകയായിരുന്നു. മാധവനും വിൻസെന്റും മൊയ്തീനുമൊക്കെ അവിടെ ജോലി ചെയ്യുന്നുണ്ട്. കൗസല്യ പണിക്കു കയറാനുള്ള ഒരുക്കത്തിലായിരുന്നു. ശാന്തമ്മ കൗസല്യയോട് ചിരിക്കുന്നതും ശങ്കരൻകുട്ടി കണ്ടു. അവൻ വേഗം അങ്ങോട്ടു നടന്നു. എല്ലാവരും അവനെ ശ്രദ്ധിക്കുന്നുണ്ടായിരുന്നു.

“ശാന്തമ്മേ എന്റെ സമ്മന്തം മകരം ഇരുപത്തെട്ടിനാ. നെന്നെ ക്ഷണിക്കാൻ വന്നതാ ശങ്കരൻകുട്ടി.” അത് പറഞ്ഞു തീരുംമുമ്പേ അവന്റെ ബലിഷ്ഠമായ കൈകൾ ശാന്തമ്മയുടെ നേർക്ക് നീണ്ടു. അവളുടെ മുടി ചുറ്റിപ്പിടിച്ച് ഒരു പൂച്ചക്കുട്ടിയെപ്പോലെ തൂക്കിയെടുത്തു. അവൾ നിലത്തു വീണുരുണ്ട് വാവിട്ടു കരയുമ്പോൾ ശങ്കരൻകുട്ടി അവളെ ചവിട്ടുകയും ഇടിക്കുകയുമായിരുന്നു. കൗസല്യയും ഉറക്കെ നിലവിളിക്കുന്നുണ്ടായിരുന്നു.

ഓടി വന്നവരാരും ശങ്കരൻകുട്ടിയുടെ അടുത്തേക്കു വന്നില്ല. പേടിച്ചരണ്ട മുഖവുമായി എല്ലാവരും ശങ്കരൻകുട്ടിയുടെ ചുറ്റും നിൽക്കുകയായിരുന്നു.

ശാന്തമ്മ നിലത്തു കിടന്നു പുളയുന്നു. ആരും അടുക്കുന്നില്ല. ശങ്കരൻകുട്ടി ഒന്നുരണ്ടു വാര അകലെ മാറിനിന്നു. ശാന്തമ്മയുടെ ഇടവിട്ടുള്ള നിലവിളികളും ഞരക്കവുമല്ലാതെ മറ്റൊന്നുമില്ല.

മാധവൻ എന്തൊക്കെയോ തീരുമാനിച്ചിട്ടെന്നപോലെ ശങ്കരൻ കുട്ടിയുടെ നേർക്ക് ഇറങ്ങി. അപ്പോൾ കൗസല്യ ഓടിച്ചെന്ന് അവനെ രണ്ടു കൈകൊണ്ടും തടഞ്ഞു. അവളുടെ കൈകളെയും തട്ടിമാറ്റി അവൻ പോകുമെന്നായപ്പോൾ അവൾ അവനെ കെട്ടിപ്പിടിച്ചു പിന്നോട്ടുവലിച്ചു. അതുകണ്ട് അങ്ങാടി ഞെട്ടിത്തരിച്ചുപോയി. നിലത്തുകിടന്നു പുളയുന്ന ശാന്തമ്മയെ അല്ല പിന്നെ അങ്ങാടി തുറിച്ചുനോക്കിയത്. ഭദ്രകാളിയെപ്പോലെ നിൽക്കുന്ന കൗസല്യയെ ആയിരുന്നു.

ശങ്കരൻകുട്ടി ധൃതിയിൽ വടക്കോട്ടു നടന്നു. ശാന്തമ്മയുടെ ചുറ്റും കൂടിയ അങ്ങാടിക്കാരും ഒഴിഞ്ഞുപോവുകയായിരുന്നു.

ശങ്കരൻകുട്ടി ശാന്തമ്മയെ മർദിച്ചവശയാക്കിയതും അവൾ അങ്ങാടിയിൽ കിടന്നു പിടഞ്ഞതും സന്ധ്യ മായും മുമ്പുതന്നെ വലിയൊരു വാർത്തയായി അങ്ങാടിക്കപ്പുറത്തുപോയിക്കഴിഞ്ഞിരുന്നു. സായാഹ്നദിനപത്രത്തിന്റെ പത്രാധിപർ ഉടനെതന്നെ സംഭവസ്ഥലത്തു പാഞ്ഞെത്തുകയുണ്ടായി. അയാൾ തൊഴിലാളികളോടും മുതലാളിമാരോടും ഈ മർദനത്തിന്റെ കാരണം അന്വേഷിച്ചു. അവരെല്ലാം കൈമലർത്തുകയായിരുന്നു.

ശാന്തമ്മയെ അവിടെയൊന്നും കണ്ടില്ല. പത്രാധിപർ അവളെത്തേടി അങ്ങാടിയിലങ്ങോളമിങ്ങോളം നടന്നു. രാത്രിയിൽ ഒരിക്കൽക്കൂടി വരാമെന്നു തീരുമാനിച്ചുകൊണ്ടാണ് അയാൾ തിരിച്ചുപോയത്.

ശങ്കരൻകുട്ടി ശാന്തമ്മയെ ചവിട്ടുകയും ഇടിക്കുകയും ചെയ്യുന്നത് കണ്ടുനിന്നവർ ഇപ്പോൾ അനുകമ്പയോടെ ആലോചിക്കുന്നു. എന്തിനാണവൻ ഈ പെണ്ണിനെ ഇങ്ങനെ തല്ലിച്ചതച്ചത്. പലർക്കും പല ഉത്തരങ്ങളാണ് കിട്ടിക്കൊണ്ടിരുന്നത്. ചിലരൊക്കെ കൗസല്യയോടും ചോദിച്ചു: ശങ്കരൻകുട്ട്യേട്ടൻ എന്തിനാണ് ശാന്തമ്മയെ തല്ലിയതെന്ന് കൗസല്യക്കറിയാം. പക്ഷേ, അവൾ പറഞ്ഞില്ല. മാധവനും പറഞ്ഞില്ല.

തൊഴിലാളികൾ ഓരോ തുരുത്തുകളായി നിന്നുകൊണ്ട് അതിനെപ്പറ്റിത്തന്നെ സംസാരിക്കുകയായിരുന്നു. ആ സംസാരം പതിവുപോലെ പിന്നെ കള്ളുഷാപ്പിലേക്കും ചാരായഷാപ്പിലേക്കും നീങ്ങി. ആണുങ്ങൾ കള്ളുഷാപ്പ് തേടി പോകുമ്പോഴും കൗസല്യ പണി കയറിയിട്ടില്ലായിരുന്നു. അങ്ങാടിയിലേക്കു രാത്രി കടന്നു വരുന്നതും അവൾ കാണുന്നുണ്ടായിരുന്നില്ല. അവളുടെ മനസിലാകെ ഭീതിയായിരുന്നു. അടുത്തെങ്ങാനും മാധവനുണ്ടോ എന്ന് ഇടയ്ക്കിടെ തലപൊക്കി നോക്കുന്നുണ്ടായിരുന്നു. അവൻ തെക്കോട്ടു നടന്നുപോകുന്നത് അവൾ കണ്ടിരുന്നു. ശങ്കരൻകുട്ടിയും അങ്ങോട്ട് തന്നെയാണ് പോയത്. അവൾ നാലഞ്ചു തവണ തെക്കോട്ടു നോക്കി പേടിച്ചു.

പെണ്ണുങ്ങളെല്ലാം പോയിക്കഴിഞ്ഞു. കൗസല്യ മാത്രമേയുള്ളൂ പെണ്ണായിട്ടിപ്പോൾ അങ്ങാടിയിൽ. അവൾ ഒരിക്കലും അങ്ങാടിയിൽ ഇത്രയേറെ വൈകിയിട്ടില്ല. അങ്ങാടിയിൽ സകല വെളിച്ചങ്ങളും പ്രകാശിക്കാൻ തുടങ്ങിയിരിക്കുന്നു. ആ വെളിച്ചവും അവളെ ഭയപ്പെടുത്തുകയായിരുന്നു. തന്റെ വീടിന്റെ ഭാഗത്തേക്കു പോകുന്ന ആരെങ്കിലുമുണ്ടോയെന്നവളുടെ കണ്ണുകൾ തിരയുകയായിരുന്നു. ആരെയും അവൾ കണ്ടില്ല.

അങ്ങോട്ടു നടക്കുമ്പോൾ ആരെയെങ്കിലും കാണുമെന്ന വിചാരത്തോടെയാണ് കൗസല്യ പുറപ്പെട്ടത്. അച്ഛനും അന്വേഷിച്ചു വരുന്നുണ്ടാവണം.

അവൾ പതിവില്ലാത്തവിധം കൈ വീശി നടക്കുകയായിരുന്നു. അങ്ങാടിയിൽ ഇന്നു തന്നെപ്പറ്റി സംസാരമുണ്ടാകുമെന്നവൾക്കറിയാമായിരുന്നു. എന്ത് പെണ്ണാണിവൾ. കയറിപ്പിടിച്ചുവെച്ചില്ലേ അവനെ. മാധവൻ ഇവളുടെ ആരാ? ഭർത്താവിനെ പിടിക്കുന്നതു പോലെയല്ലേ ഇവൾ കയറിപ്പിടിച്ചത്. നാളെ വെളുക്കുന്നതു മുതൽ ഓരോ കഥകളും പൊട്ടിപ്പുറപ്പെടും. നീയൊക്കെ ആയിരം കഥകളുണ്ടാക്കെടാ. എന്ന് മനസിലെവിടെയോ പിറുപിറുത്തുകൊണ്ടവൾ നടക്കുകയായിരുന്നു.

മാധവനും ശങ്കരൻകുട്ടിയും അവളുടെ മനസിലൂടെ നടക്കുന്നുണ്ടായിരുന്നു. അവർ നടക്കുന്നത് വേർപിരിഞ്ഞാണ്. എങ്കിലും അവർ ഇരുവരും നടന്നുപോകുന്നു.

ഇന്നാദ്യമായി ശങ്കരൻകുട്ടിയോട് അവൾക്കു വെറുപ്പു തോന്നി.

എന്നാലും ശങ്കരൻകുട്ട്യേട്ടൻ ഇതു ചെയ്തല്ലോ. ഒരു പെണ്ണിനെ അങ്ങാടീലിട്ട് തല്ലിച്ചതയ്ക്കുക. ശാന്തമ്മ ആരെങ്കിലുമായിക്കോട്ടെ പെണ്ണല്ലേ. പെണ്ണിനെ ഒരുകൈകൊണ്ട് തൂക്കിയെടുത്തിട്ടടിക്കുക. ശാന്തമ്മയാ

യിട്ടല്ലേ. മറ്റാരെങ്കിലുമായിരുന്നെങ്കിൽ എന്തെല്ലാം സംഭവിക്കും. കൗസല്യ ഇങ്ങനെയെല്ലാം ആലോചിച്ചുകൊണ്ടോടുകയായിരുന്നു.

രാത്രിയായിക്കഴിഞ്ഞിരുന്നു. പെണ്ണുങ്ങൾ പണി കയറിപ്പോകുന്ന സമയമല്ലിത്. ഈ സമയത്ത് നടക്കുന്ന പെണ്ണുങ്ങൾ കുഴപ്പക്കാരികളാണ്. അച്ഛൻ വൈകുന്നേരം തന്നെ ഇറങ്ങിപ്പോയതായിരിക്കും. ഉണ്ടായിരുന്നെങ്കിൽ വരാതിരിക്കുമോ. അമ്മ പേടിച്ചരണ്ടിരിക്കുകയായിരിക്കും. എത്ര പണിയുണ്ടായാലും വിളക്ക് വെക്കുന്നതിനു മുമ്പ് പൊരക്കടങ്ങണം എന്ന് അമ്മ എപ്പോഴും ഓർമിപ്പിക്കാറുണ്ട്.

അവളുടെ അമ്മയും പണ്ട് അങ്ങാടിയിലെ പണിക്കാരിയായിരുന്നു. അക്കാലത്തെ അങ്ങാടി ഒരു നെറികെട്ട ലോകമാണ്. തെമ്മാടികൾ അങ്ങാടി ഭരിക്കുന്ന കാലം. അന്നത്തെ പെണ്ണുങ്ങളും വേറെയായിരുന്നു. മുതലാളിമാർ കണ്ണുവെച്ചാൽ പെണ്ണുങ്ങൾക്കു പിന്നെ രക്ഷയില്ല. തങ്ങളുടെമേൽ മുതലാളിമാരുടെ കണ്ണുവീഴാൻ കൊതിച്ചുനടന്ന പെണ്ണുങ്ങളുമുണ്ടായിരുന്നു. കണ്ണിൽ ചോരയില്ലാത്തവരായിരുന്നു അന്നത്തെ മുതലാളിമാർ. അധ്വാനിച്ചു ജീവിക്കാൻ അങ്ങാടിയിലിറങ്ങുന്ന ആണും പെണ്ണും അവരുടെ അടിമകളായിരുന്നു.

അക്കാലത്തെ പല കഥകളും കൗസല്യയുടെ അമ്മ അവളോടു പറഞ്ഞിട്ടുണ്ട്. ആ കഥകൾ കേൾക്കുമ്പോൾ അവൾ പേടിച്ചുപോയിരുന്നു.

പക്ഷേ, അവൾ പണിയെടുക്കാനിറങ്ങിയ അങ്ങാടി അങ്ങനെയൊന്നുമായിരുന്നില്ല. മുതലാളിമാരും തൊഴിലാളികളുമൊക്കെ മാറിക്കഴിഞ്ഞിരുന്നു. അവിടത്തെ നീതിയും ന്യായവും മാറിക്കഴിഞ്ഞിരുന്നു. മനുഷ്യന്റെ വിയർപ്പിന് പുതിയ അർഥങ്ങളുണ്ടായിക്കഴിഞ്ഞിരുന്നു. അങ്ങാടിയിൽ പണിക്കുവരുന്ന പെണ്ണുങ്ങൾ തൊഴിലാളികൾക്ക് പെങ്ങന്മാരായി. അവരുടെ ഇടയിൽ പുതിയ നീതി ജനിച്ചു. കൊടികളും മുദ്രാവാക്യങ്ങളുമുണ്ടായി. സിന്ദാബാദും സമരങ്ങളുമുണ്ടായി. മുതലാളിമാർ തൊഴിലാളികളെ പേടിക്കുന്ന കാലം വന്നു. അങ്ങാടിയിൽ ചുമടെടുത്തു ജീവിക്കുന്ന പെണ്ണുങ്ങളെ നോക്കാൻപോലും മുതലാളിമാർക്കുപേടിയായി. പുതിയ പെണ്ണുങ്ങൾക്കു പുതിയ നാക്കും പുതിയ ജീവിതവുമുണ്ടായി.

പല രാത്രികളിലും അമ്മയുടെ നാവിലൂടെ പകർന്നുകിട്ടിയ അങ്ങാടിയുടെ ഭൂതകാലചിത്രം കൗസല്യയുടെ മനസിൽ ജനിക്കുകയും മായുകയുമായിരുന്നു. അവളിങ്ങനെ ഓർത്തുപോയി. അമ്മ അങ്ങാടിയിൽ പണിക്കുപോകുന്ന കാലത്ത് സന്ധ്യകഴിഞ്ഞ നേരത്ത് പെണ്ണുങ്ങൾക്ക് ഇങ്ങനെ ഈ വഴിയിലൂടെയൊക്കെ നടന്നുപോകാൻ കഴിയുമായിരുന്നോ?

വീട്ടിലെ വെളിച്ചം കാണാറായപ്പോൾ കൺമുമ്പിലെ ഇരുട്ട് അവൾക്ക് വഴിമാറിക്കൊടുക്കുകയായിരുന്നു. അമ്മ കോണിക്കൽത്തന്നെ നിൽക്കുന്നതവൾ കണ്ടു. പിന്നെ അവൾ ഓടുകയായിരുന്നു. അങ്ങനെ ഓടിച്ചെന്നു കോണി കയറുമ്പോൾ അവളുടെ അമ്മ പറഞ്ഞു: "ന്റ ഭഗവത്യേ... ജീവം വീണു. പ്പം മോന്തീം പകലൊന്നൂല്യെ കൗസല്യെ. എന്ത് പണ്യായാലും വെളക്ക് വെക്ക്ന്നേന് മുമ്പ് ഞ്ഞിവ്ടെത്തിക്കോളണം."

അമ്മ അവളോടെന്തൊക്കെയോ ചോദിക്കുന്നുണ്ടായിരുന്നു. അവൾ നേരെ ചെന്ന് അടുക്കളയിൽ കയറി ഒരു ഉപ്പ് എടുത്തുവായിലിട്ടു. അതു കണ്ട് അമ്മ പരിതാപത്തോടെ അവളെ നോക്കി നെടുവീർപ്പിട്ടു. എന്നിട്ട് അവൾ ഒരു വീർപ്പിനു തന്നെ നാലുഗ്ലാസ് വെള്ളം കുടിക്കുകയായിരുന്നു.

മോളുടെ ക്ഷീണം കണ്ട് സങ്കടം വന്ന അമ്മ പറഞ്ഞു: "ഞ്ഞിത്തിരി കുളിച്ച് ഒരുത്തേ കെടന്നോ."

നാല് ഗ്ലാസ് വെള്ളത്തിന്റെ സുഖം അവൾ നിന്നയവിറക്കുകയായിരുന്നു. പിന്നെ മുണ്ട് ഒന്നഴിച്ച് കുടഞ്ഞുടുത്ത് മുടിയഴിച്ചിട്ടു. അഴിച്ചിട്ട ആ മുടി മാറിലേക്കെടുത്തിട്ട് മൂക്കിനടുത്തുവെച്ചോമനിച്ചു. പിന്നെ പടിഞ്ഞാറ്റകത്ത് ചെന്ന് ഭരണിയിൽനിന്ന് കാച്ചിയ എണ്ണ കൈകൊണ്ട് തൊട്ടെടുത്ത് മുടിയിൽ തേച്ചു. മുടിയിൽ തേച്ച എണ്ണ അവൾ ഇടയ്ക്കിടെ മണത്തുനോക്കി. നിലനാരമിട്ടു കാച്ചിയ എണ്ണയുടെ മണം എന്നും അവൾക്കൊരു സുഖമായിരുന്നു. ആ എണ്ണ കുറെ മുഖത്തുംവാരിത്തേച്ചു.

തോർത്തുമെടുത്ത് കുളിച്ചെറ്റയിലേക്കുപോകാൻ പുറത്തിറങ്ങുമ്പോൾ ആരോ പതുക്കെ കോണി കയറിവരുന്നതവൾ കണ്ടു. അവൾ തിരിച്ച് അകത്തേക്കു തന്നെ കയറാൻ ഭാവിക്കവേ, ആ രൂപം പതുക്കെ ഒന്നു ചുമച്ചു. ആ വരുന്നത് അച്ഛനല്ല എന്നു മനസിലായപ്പോൾ അവൾ വേഗം അകത്തു കയറിനിന്നു.

വന്നയാൾ മുറ്റത്തുതന്നെ നിൽക്കുകയായിരുന്നു.

"ആരാ?" അവൾ ചോദിച്ചു.

"മാധവനാ.."

അവൾ ഒന്നു ഞെട്ടിപ്പോയി. അകത്തുനിന്നു ചോദിച്ചതും പുറത്തുനിന്നു പറഞ്ഞതും അമ്മ കേട്ടിട്ടില്ലായിരുന്നു. അമ്മയെ വിളിക്കണോ എന്നാലോചിച്ചു. അച്ഛനെങ്ങാൻ ഇപ്പോൾ മുമ്പിലൂടെ കയറി വന്നാൽ... അവൾ പിടയുന്ന നെഞ്ചുകൊണ്ട് പടച്ചോനെ വിളിച്ചു. അമ്മ അടുക്കളയിൽ അരച്ചുകൊണ്ടിരിക്കുന്ന ഒച്ച കേൾക്കാമായിരുന്നു. പിന്നെ ഒരു നിമിഷം പോലും അലോചിച്ചു നിൽക്കാതെ അവൾ പുറത്തിറങ്ങി മാധവന്റെ അടുത്തേക്കു ചെന്നു. എന്നിട്ട് വിറയ്ക്കുന്ന വിരലുകൾകൊണ്ട് അവന് കുളിച്ചെറ്റയിലേക്കുള്ള വഴി കാണിച്ചുകൊടുത്തു. അവളുടെ ഹൃദയം അപ്പോൾ പിടഞ്ഞാടുകയായിരുന്നു. അവൾ ഇരുട്ടിലൂടെ പതുക്കെ അങ്ങോട്ടു നീങ്ങി. അപ്പോഴും അവൾക്ക് വിറയൽ തന്നെയായിരുന്നു. വിറയ്ക്കുന്ന നാവുകൊണ്ടവൾ വിളിച്ചു പറഞ്ഞു: "അമ്മേ ഞാം കുളിക്കാം പോന്നാ."

അവൾ കുളിച്ചെറ്റയിലേക്കു നടന്നു. വരുന്നതുവരട്ടെ. മാധവേട്ടനാണ്.

മാധവൻ പുറത്തുതന്നെ നിൽക്കുകയായിരുന്നു. അവളടുത്തെത്തുമ്പോൾ അവൻ കൈനീട്ടുകയായിരുന്നു. അവളെത്ര നിർബന്ധിച്ചിട്ടും കുളിച്ചെറ്റയ്ക്കകത്ത് അവൻ കയറിയില്ല. മാധവേട്ടനെപ്പോഴും വാശിക്കാരനാണ്. ആരെങ്കിലും കാണുമെന്നുപോലും ഓർക്കുന്നില്ലല്ലോ. അവൾക്ക് കര

ച്ചിൽ വരികയായിരുന്നു. അവളുടെ മനസും ശരീരവും വിറയ്ക്കുന്നുണ്ടായിരുന്നെങ്കിലും മൈസൂർ വാഴകളും ബിലാത്തിച്ചേമ്പിന്റെ കൈകളും അവരെ മറച്ചുപിടിക്കുന്നുണ്ടായിരുന്നു.

മാധവൻ അവളെ നെഞ്ചോടുചേർത്തുകൊണ്ട് പറഞ്ഞു: "ഞാം കൗസല്യേന്റെ പിന്നാലെത്തന്നെ നടക്വായിരുന്നു. പേടിക്ക്ന്ണ്ടോന്ന് നോക്കാൻ. കോണിക്കന്നെനക്ക് തിരിച്ചു പോവാൻ തോന്നീല്ല. ഒരു ധൈര്യം വെച്ചിങ്ങ് കേറി."

സ്നേഹത്തിന്റെ സകല കിതപ്പുകളോടും വിറയലുകളോടും കൂടി അവൾ അവനോടു ചേർന്നുനിന്നു. മാധവൻ അവളുടെ മുഖമെടുത്ത് അവന്റെ കഴുത്തിലൊളിപ്പിച്ചു. പിന്നെ, അവനവളെ പൂർണമായി തന്നിൽ ലയിപ്പിക്കുകയായിരുന്നു. അവന്റെ കൈകൾക്കിടയിൽ കിടന്നുകൊണ്ടവൾ ചോദിച്ചു: "ശാന്തമ്മേങ്ങോട്ടാ പോയത് മാധവേട്ടാ?"

"കുഴപ്പാവാം പോകാ."

"പോലീസ് വെര്വൊ?"

"പോലീസൊന്നും വെരൂല്ല. നക്സലേറ്റുകളും പത്രക്കാര്വൊക്കെ വന്നിരുന്നു. നക്സലേറ്റ്കാർക്ക് എന്തോ പരിപാടിയുണ്ട്."

തൊട്ടടുത്ത പറമ്പിൽ നിന്നൊരു പട്ടി കുരച്ചപ്പോൾ അവൾ അവന്റെ പിടിയിൽനിന്ന് തെന്നിമാറി കുളിച്ചെറ്റയിലേക്കു കയറിപ്പോയി. അവൾക്ക് കുളിച്ചെറ്റയിൽ തനിച്ച് നിൽക്കാൻ കഴിയുന്നുണ്ടായിരുന്നില്ല. അവനെ അങ്ങോട്ടു വിളിക്കാനും കഴിയുന്നുണ്ടായിരുന്നില്ല.

അവൻ സാവധാനം ഇരുട്ടിൽ ലയിച്ചില്ലാതാകുന്നത് ഓലമറയുടെ സുഷിരങ്ങളിലൂടെ അവൾ കാണുകയായിരുന്നു. അവൻ ഇല്ലാതായിട്ടും അവൻ നടന്നുപോയ വഴിയിലേക്കു നോക്കി അവൾ ഏറെ നേരം നിന്നു.

എങ്ങുനിന്നോ മകരക്കാറ്റൊരു വിശറിയായി അവളുടെ മേനിയെ ഓമനിക്കാനെത്തുകയായിരുന്നു.

കുളിച്ചു കുളിച്ച് രണ്ടുവീപ്പയിലെ വെള്ളവും തീർന്നുപോയി. വെള്ളത്തിന് സുഖകരമായ ഒരു തണുപ്പ്. അമ്മ വൈകുന്നേരമാവുമ്പോൾ നിറയ്ക്കുന്നതാണ്. ഒരു വീപ്പയിലെ പാതിവെള്ളമേ സാധാരണ കുളിക്കാൻ ഉപയോഗിക്കാറുള്ളൂ. രണ്ടുവീപ്പയിലെ വെള്ളം തീർന്നിട്ടും കൗസല്യയ്ക്ക് കുളിയോടുള്ള കൊതി മാറുന്നില്ല. ഇനിയും കുറെ നേരം കുളിക്കണം. കുളിച്ചെറ്റയുടെ ചാക്കുവരിയൊന്നു പൊക്കിനോക്കി. നല്ല ഇരുട്ടാണ് വാഴയുടെയും ചേമ്പിന്റെയും നിഴലുകൾ മനുഷ്യന്മാർ നിരന്നുനിൽക്കുന്നതുപോലെ തോന്നിക്കുകയായിരുന്നു.

തോർത്ത് മുണ്ടെടുത്ത് അരയിൽ ചുറ്റി ഇടതുകൈകൊണ്ട് മാറുപൊത്തി. ബക്കറ്റുമായി കിണറ്റിൻകരയിലേക്കു ചെന്നു. നല്ല ഇരുട്ടുണ്ടായിട്ടും ഇടതുകൈ മാറത്തു നിന്നെടുക്കാൻ തോന്നിയില്ല.

തൊട്ടി പതുക്കെ കിണറ്റിലിട്ടു. ഇങ്ങനെ കിണറ്റിൻകരയിൽ നിൽക്കുന്നത് അമ്മയും കാണരുതെന്നുണ്ട്. വെള്ളം കോരാൻ തുടങ്ങുമ്പോൾ ഇടതുകൈ യാന്ത്രികമായിത്തന്നെ മാറിൽ നിന്നൊഴിഞ്ഞു പോയി. രണ്ടു

കൈകൊണ്ടും വെള്ളം കോരുമ്പോൾ അവൾക്ക് വല്ലാതെ നാണം തോന്നി. അവൾ ലജ്ജയോടെ മുഖം താഴ്ത്തുകയായിരുന്നു. ഇരുട്ടല്ലാതെ മറ്റാരും തന്നെകാണുന്നില്ല എന്നവൾ ഓർത്തതുമില്ല.

മൂന്നാമത്തെ തവണ തൊട്ടി കിണറ്റിലിട്ടപ്പോൾ അരയിൽ ചുറ്റിയ തോർത്ത് എങ്ങനെയോ അഴിഞ്ഞുപോയി. ആ തൊട്ടി കോരിയെടുക്കുന്നതുവരെ തോർത്ത് നിലത്തായിരുന്നു. ഏതാനും നിമിഷം അവൾ ആ തോർത്ത് നിലത്തു നിന്നെടുത്തില്ല. പിന്നെ സാവധാനം തോർത്തെടുത്ത് അരയിൽ ചുറ്റി ബക്കറ്റിലെ വെള്ളവും തൂക്കി ചേമ്പിൻ തൈകൾക്കിടയിലൂടെ നടന്നുപോകുമ്പോൾ അവൾക്ക് ചിരിപൊട്ടുകയായിരുന്നു. ഇരുട്ടിലാണെങ്കിലും കിണറ്റിൻകരയിൽ തുണിയില്ലാതെ ഏതാനും നിമിഷം നിന്നതിനെക്കുറിച്ചോർത്തോർത്ത് അവൾ ചിരിച്ചു. കൊണ്ടുവന്ന വെള്ളം കുറേശ്ശെ ശരീരത്തൊഴിക്കുമ്പോൾ അവൾ വേറെ ഏതോ ലോകത്തായിരുന്നു. മനസിന്റെ എല്ലാ മൂടുപടങ്ങളും അഴിഞ്ഞു പോകുകയായിരുന്നു. ആ മനസിലവൾ മാധവനെ സൃഷ്ടിക്കുകയായിരുന്നു. മാധവൻ അവളുടെ കവിളത്തു നുള്ളുന്നതുപോലെ തോന്നി. അവൾ കവിളത്തൊന്നു തടവി. കവിളത്തെ ആ പ്രത്യേക ബിന്ദുവിൽ ചോരയിരച്ചു കയറുകയായിരുന്നു. അവൻ ഒരു കൊച്ചുകുട്ടിയെപ്പോലെ മനസിൽ കിടന്നു മലക്കം മറിയുന്നു. ഒരിക്കൽ ഇങ്ങനെ മറ്റൊരാൾ അവളുടെ മനസിൽ കിടന്നു മലക്കം മറിഞ്ഞിട്ടുണ്ട്. അത് ശങ്കരൻകുട്ടിയായിരുന്നു. അവനെ അവളൊരിക്കൽ ആശിച്ചതാണ്. പക്ഷേ, ഒരിക്കലും അവനോടത് തുറന്നു പറയാൻ കഴിഞ്ഞില്ല. പറയാൻ ധൈര്യമുണ്ടായില്ല. അവൻ അവളോട് മറ്റു രീതിയിൽ ഒരിക്കലും അടുത്തിരുന്നില്ല. അവളുടെ മനസിലെ പെണ്ണിനെ അവൻ കാണുന്നുണ്ടായിരുന്നില്ല. ശങ്കരൻകുട്ടി എപ്പോഴും അവളെ സ്വന്തം പെങ്ങളെപ്പോലെയാണ് കണ്ടത്. എന്നാൽ എത്രയോ രാത്രികളിൽ അവൾ ശങ്കരൻകുട്ടിയെ സ്വപ്നം കണ്ടിട്ടുണ്ട്. അവനോടൊപ്പം സെയ്താർപള്ളി റോഡിലൂടെ നടന്നുപോകുന്നതും, അവന്റെ ചുമലിൽ തലചാരി രാജലക്ഷ്മി ടാക്കീസിലിരുന്നു സിനിമ കാണുന്നതും, അവന്റെ നെഞ്ചിൽ മുഖം ചേർത്ത് കിടന്നുറങ്ങുന്നതുമൊക്കയായിരുന്നു അവളുടെ സ്വപ്നങ്ങൾ. ഇപ്പോൾ അവൻ അവളുടെ മനസിന്റെ അരികിലൊന്നും വരാറേ ഇല്ല. അവൻ പോയെങ്കിലും സ്വപ്നങ്ങൾ മറ്റൊരു തരത്തിൽ അവളുടെ മനസിൽ പറന്നുവന്നു. മാധവൻ പറന്നുവരുമ്പോൾ അവൾ ചില തീരുമാനങ്ങളെടുത്തിരുന്നു. അവൻ ഇനി മനസിൽ നിന്നൊഴിഞ്ഞു പോവുകയുമില്ല. അവനെ അവളുടെ മനസ്സ് മുറുകെ പിടിക്കുകയായിരുന്നു. അവനിലേക്ക് ആ മനസ്സ് പനിനീർ വീശുകയായിരുന്നു.

അവളെ തൊട്ട ആദ്യത്തെ ആണാണവൻ. അവന്റെ മാറിൽ മുഖം ചേർത്തുവച്ച നിമിഷങ്ങളെക്കുറിച്ചോർക്കുമ്പോൾ മനസിൽ പുളകം പൊട്ടി വിരിയുന്നു. അവൾ കുളി കഴിഞ്ഞ് അടുക്കളയിലൂടെ അകത്തു കയറി. അച്ഛന്റെ മുറിയിൽ ചെന്ന് മുരുകന്റെ മുമ്പിൽ കൈകൂപ്പി നിന്നു.

അച്ഛനും അമ്മയും വിളിക്കുന്നതുപോലെ അവളും വിളിച്ചു "എന്റെ പളനിയാണ്ടവാ.."

മുരുകന്റെ മുമ്പിൽ കൈകൂപ്പിയേ അച്ഛനെന്നും പുറത്തിറങ്ങാറുള്ളൂ. മുരുകനാണ് അച്ഛന്റെ ദൈവം. അച്ഛന്റെ അച്ഛൻ പഴനിയാത്രക്കാരുടെ പൂജാരിയായിരുന്നു.

എല്ലാ വൈകുന്നേരങ്ങളിലും അമ്മയും മുരുകന്റെ മുമ്പിൽ വന്നു പ്രാർഥിക്കാറുണ്ട്. അമ്മ പളനിയാണ്ടവനെ വിളിക്കുന്ന ഒച്ച വീടാകെ കേൾക്കും. അമ്മയുടെ ശബ്ദത്തിൽ കൗസല്യയും വിളിക്കാൻ തുടങ്ങി. അവൾ സാധാരണയായി ഇങ്ങനെ മുരുകന്റെ മുമ്പിൽ വന്നു നിൽക്കാറില്ല. പക്ഷേ, ഇന്ന് കുളിച്ചെറ്റയിൽ നിന്നിറങ്ങുമ്പോൾത്തന്നെ മുരുകൻ അവളെ അങ്ങോട്ടു വിളിക്കുന്നതുപോലെ തോന്നി. മുരുകന്റെ മുമ്പിൽ നിൽക്കുമ്പോൾ ഇന്ന് താൻ എന്തൊക്കെയോ തെറ്റ് ചെയ്തതുപോലെ അവൾക്കു തോന്നി.

കുളിച്ചെറ്റയ്ക്കടുത്തൊരാരാണ് വന്നു നിന്നു. അവന്റെ മാറിലേക്ക് വീണു. അവനെ കുലംകെട്ട ഒരു പെണ്ണിനെപ്പോലെ കുളിച്ചെറ്റയിലേക്ക് ക്ഷണിച്ചു. മാധവേട്ടൻ കുളിച്ചെറ്റയിൽ കയറിയിരുന്നെങ്കിൽ... അവൾക്കു പേടി തോന്നി. അങ്ങാടിയിൽ വച്ച് മാധവനെ പിടിച്ചുവച്ച രംഗവും മനസിലേക്കു കടന്നുവരികയായിരുന്നു. സകല ആണുങ്ങളുടെയും മുമ്പിലൂടെ മാധവന്റെ അടുത്തേക്കോടുകയായിരുന്നു. അവനെ സർവശക്തിയുമുപയോഗിച്ച് പിടിച്ചുവയ്ക്കയായിരുന്നു. അവളുടെ ശക്തിയും സ്നേഹവും മാധവൻ അറിയുകയായിരുന്നു. ചുറ്റും കൂടിയവർ സ്തംഭിച്ചുപോയി. അങ്ങനെ അവളെ ആരും മറ്റൊരിക്കലും കണ്ടിട്ടില്ല. മാധവൻ കൗസല്യയുടെ ആരാണെന്ന് അങ്ങാടി ചോദിക്കുന്നുണ്ടാവണം. നാളെ മുതൽ കൂടെ പണിയെടുക്കുന്ന പെണ്ണുങ്ങൾ ചോദിക്കും.

മാധവനാരാ നിന്റെ?

അവൾ മുരുകനോട് പറഞ്ഞു: "പളനിയാണ്ടവാ, മാധവേട്ടനെന്റെ സ്വന്തമാ. ഞങ്ങളിനി കരളും കരളുമാ.. ഞാൻ പിടിച്ചുവച്ചില്ലെങ്കിൽ മാധവേട്ടൻ ശങ്കരങ്കുട്ട്യേട്ടനെ അടിക്കും. പളനിയാണ്ടവാ. അത് കൗസല്യക്കിഷ്ടല്ല. കൗസല്യ പെണ്ണായാലെന്താ.."

മുരുകന്റെ മുമ്പിൽ നിന്നവൾ അടുക്കളയിലേക്ക് വന്നു. അടുക്കളപ്പടിയിൽ വെറുതെ ചെന്നിരുന്നു. അമ്മ അടുപ്പിൽ ഊതുകയായിരുന്നു. അവൾക്ക് നന്നായി വിശക്കുന്നുണ്ടായിരുന്നെങ്കിലും മനസിലടിച്ചുയരുന്ന പൂക്കാറ്റ് വിശപ്പിനെ മായ്ചു കളയുകയായിരുന്നു. അവൾ മാധവനെക്കുറിച്ചോരോരോ സ്വപ്നങ്ങൾ കാണുകയായിരുന്നു. അവന്റെ കഴുത്തിൽ അവൾ മാലയിടുകയായിരുന്നു. അവൻ അവൾക്ക് താലി കെട്ടുകയായിരുന്നു. അവൾ പടിഞ്ഞാറ്റയിലെ പത്തായത്തിൻമേൽ അവനെ മുറുകെ പുണർന്നുറങ്ങുകയായിരുന്നു. അവൻ അവളെ വാരിയെടുത്തുമ്മവയ്ക്കുകയായിരുന്നു.

അമ്മ അപ്പോൾ ഓർത്തുകൊണ്ടിരുന്നത് മോളുടെ വിശപ്പിനെപ്പറ്റിയായിരുന്നു. ഒന്നുരണ്ടുതവണ പൈയ്ക്കുന്നുണ്ടോ മോളേ എന്ന് അമ്മ ചോദിക്കുകയുമുണ്ടായി. അവൾ വിശപ്പ് മറക്കുകയായിരുന്നു. മാധവൻ ഒരു ലഹരിയായി ഒഴുകിയെത്തി അവളെ ആകാശത്തിലേക്ക് പൊക്കുകയായിരുന്നു.

അടുക്കളയിൽ മീൻകറിയുടെ മണം പൊങ്ങി. പുറത്തുനിന്ന് അച്ഛൻ വിളിക്കുകയായിരുന്നു. കൗസല്യ വിളക്കുമായോടിച്ചെന്നുവാതിൽ തുറന്നു. അകത്തു കയറിവന്നപ്പോൾ അച്ഛൻ അവളെയൊന്നു സൂക്ഷിച്ചുനോക്കി. പെട്ടെന്ന് അവളുടെ മനസ്സ് ചെറുതായൊന്നു കാളിപ്പോയി.

"അങ്ങാടീല് വല്യ കൊഴപ്പാണല്ലോ. ശങ്കരങ്കുട്ടിക്കെന്താ പെരാന്ത് വന്നോ? അപ്പെണ്ണിനെ ഓൻ അടിച്ചു പൊട്ടിച്ചുന്നെല്ലെ കേക്ക്ണ്?"

അത് പറഞ്ഞത്, അച്ഛൻ ധൃതിയിൽ കുപ്പായമൂരുകയായിരുന്നു.

അമ്മ അവളോട് അടുക്കളയിലേക്ക് ചെല്ലാൻ പറഞ്ഞിട്ട് പിണ്ഡതൈലവുമെടുത്ത് അച്ഛന്റെ അടുത്തേക്ക് ചെന്നു. അച്ഛൻ പിണ്ഡതൈലം പുരട്ടാൻ അമ്മയുടെ മുമ്പിൽ ഇരുന്നു കൊടുക്കുന്നത് അവൾ ജാലകത്തിലൂടെ കാണുന്നുണ്ടായിരുന്നു.

പിണ്ഡതൈലം പുരട്ടുന്നതിനിടയിൽ അവരെന്തൊക്കെയോ പതുക്കെ സംസാരിക്കുന്നുണ്ടായിരുന്നു. കൗസല്യ കാതോർത്തു. പക്ഷേ, കേൾക്കാൻ കഴിയുമായിരുന്നില്ല. അങ്ങാടിയിലെ കാര്യം തന്നെയാണ് സംസാരിക്കുന്നതെന്ന് മനസിലാവുന്നുണ്ട്. ശങ്കരൻകുട്ടിയെന്നും മാധവനെന്നും ശാന്തമ്മയെന്നുമൊക്കെ കേൾക്കുന്നുണ്ട്. ഇടയ്ക്ക് കൗസല്യ എന്ന പേരും കാത് പിടിച്ചെടുത്തു. ശബ്ദമൊന്നുമുണ്ടാക്കാതെ കുറേനേരം അവൾ നിന്നുനോക്കി. ഒന്നും വ്യക്തമാവുന്നില്ല.

പിന്നെ അവൾ പാത്രങ്ങളെടുത്ത് കഴുകാൻ തുടങ്ങി. പാത്രങ്ങൾ കഴുകി വച്ചതിനുശേഷം ചൂലെടുത്ത് അടുക്കള അടിച്ചുവാരി. പിന്നെയും വന്ന് അടുക്കളപ്പടിയിലിരിപ്പായി. അച്ഛനും അമ്മയും സംസാരം വളരെ പതുക്കെയാക്കിയിരിക്കുന്നു.

അവൾ വിരൽകൊണ്ട് നിലത്ത് ചിത്രം വരച്ചു. അത് മാധവന്റെ ചിത്രം തന്നെയായിരുന്നു. അവൾ അവന്റെ കണ്ണും കാലും കൈകളും വരച്ച് രസിക്കുകയായിരുന്നു. അങ്ങനെ രസിച്ചുകൊണ്ടിരിക്കെ അമ്മ അടുക്കളയിലേക്ക് കയറിവന്നു. അവൾ അമ്മയെത്തന്നെ നോക്കുകയായിരുന്നു. അപ്പോൾ അമ്മ ചോദിച്ചു: "എന്തെല്ലാ കൗസല്യേ ഇക്കേക്കന്നത്? ഞെന്താ ആണാ? അടീന്റേടേ ചാടിവീഴാഞ്ഞി ആണാന്ന്?"

അവളൊന്നും മിണ്ടാതെ എഴുന്നേറ്റ് അകത്തുപോയി പുല്ലുപായെടുത്തു വിരിച്ച് കോടിക്കിടന്നു.

ഉറങ്ങാനാണ് കൗസല്യ പായിട്ട് കിടന്നത്. കണ്ണ് മുറുകെ ചിമ്മിനോക്കി. ചിമ്മിയ കണ്ണിനുമുമ്പിൽ പല നിറങ്ങൾ മാറിമാറി പ്രത്യക്ഷപ്പെടുകയായിരുന്നു. അമ്മാനമാടുന്ന നിറങ്ങൾ അവളെ രസിപ്പിക്കുകയായിരുന്നു.

നീലനിറം ഓളങ്ങളായകലുന്നു. പച്ചയും ചുകപ്പും നർത്തകിമാരെപ്പോലെ ആടുന്നു. കുറുപ്പിന്റെ അഗാധമായ ആഴങ്ങൾ. ആ ആഴങ്ങളിൽനിന്ന് ചില ഭീകരരൂപങ്ങൾ കയറി വരുന്നു.

മാധവനെമാത്രം ഈ നിറങ്ങളിലൊന്നും കാണാനുണ്ടായിരുന്നില്ല. താൻ ആണുങ്ങൾക്കിടയിലൂടെ കടന്നുചെന്ന് മാധവേട്ടനെ തടഞ്ഞു നിർത്തിയത് അങ്ങാടിയിൽ വലിയൊരു സംഭവായിട്ടുണ്ടാവുമെന്നവൾക്കറിയാം. അതിലവൾക്ക് പേടിയൊന്നുമില്ല.

പേടിക്കാൻ ഇനി ഒരുത്തനേയുള്ളൂ. അവനെ ഓർത്തവൾ പുളകം കൊള്ളുകയായിരുന്നു.

പായിൽ കോടിക്കിടക്കുകയായിരുന്ന കൗസല്യ നീണ്ടുനിവർന്നു കിടന്നു. എന്നിട്ടവൾ തുരുതുരെ തിരിഞ്ഞു. തിരിഞ്ഞു തിരിഞ്ഞു നിലത്തായി. ചാണകം മെഴുകിയ നിലം നന്നായി തണുക്കുന്നുണ്ടായിരുന്നു. ആ തണുപ്പ് അവളുടെ ശരീരത്തിലിഴഞ്ഞു കയറി. ഇഴയുന്ന തണുപ്പിലൂടെ അവൾ ഉരുണ്ടു. അങ്ങനെ ഉരുളുന്നതിനിടയിൽ അവൾ ഒച്ചയില്ലാതെ ചിരിക്കുന്നുമുണ്ടായിരുന്നു. അവൾക്ക് സ്ഥലകാലബോധം പൂർണമായും നഷ്ടപ്പെടുകയായിരുന്നു. ആവിലായിപ്പള്ളിയിലെ ആട്ടപ്പെരുന്നാളിന് വേദക്കാരികൾ പള്ളിമുറ്റത്തുരുളുന്നതുപോലെ അവളുരുളുകയായിരുന്നു.

ഉരുണ്ടുരുണ്ട് അവൾ തളർന്നുപോയി. പിന്നെ പാതി പായിലും പാതി നിലത്തുമായി. തന്റെ നെഞ്ചിൽ മാധവൻ പൂക്കൾ നിരത്തിയപോലെ കിടക്കുന്നതവൾ ഭാവനയിൽ കാണുകയായിരുന്നു.

അപ്പോൾ ഓട്ടു കമ്പനിയിലെ സൈറന്റെ ശബ്ദമുയർന്നു. പത്തുമണിയായിരിക്കുന്നു. ചോറു തിന്നാൻ നേരം വൈകിയിരിക്കുന്നു. അവളുടെ വലതുകൈ മാധവന്റെ വായിനുനേരെ നീളുകയായിരുന്നു. ആ ഒരുരുള ചോറിലേക്ക് നോക്കി അവൾ ആനന്ദം കൊണ്ടു.

സാധാരണ ഉറക്കം കണ്ണിലേക്ക് കടന്നുവരുമ്പോഴാണ് ഓട്ടുകമ്പനിയിലെ സൈറന്റെ ഒച്ചകേൾക്കാറ്. എന്നിട്ടും അച്ഛനും അമ്മയും പുറത്തിരുന്നു കസൂസിക്കുകയാണ്. അച്ഛനും അമ്മയ്ക്കും എന്താ ഇത്ര സംസാരിക്കാൻ. അവൾ ആലോചിക്കുകയായിരുന്നു.

ഇനി അമ്മയുടെ വക അവൾക്കായി ആയിരം ഉപദേശങ്ങളുണ്ടാവും. അച്ഛൻ ഒന്നും സംസാരിക്കുകയില്ല. പകരം മുഖം വീർപ്പിച്ചിരിക്കും. കൂടുതൽ വെറുപ്പുണ്ടാകുമ്പോൾ അവളുടെ അച്ഛൻ തൊണ്ട കത്തിവച്ചു കീറുന്ന മട്ടിൽ കാർക്കിച്ചു തുപ്പും. അങ്ങനെ രണ്ടുമൂന്നു തവണ കാർക്കിച്ചു തുപ്പിയിട്ടാണ് അച്ഛൻ പുറത്തിരിക്കുന്നത്. എല്ലാം മനസിലാകുന്നുണ്ട്. കുഴമ്പു പുരട്ടിക്കൊടുക്കുന്നതിനിടയിലും ദേഹത്ത് തണ്ണീരൊഴിച്ചുകൊടുക്കുന്നതിനിടയിലും തല തോർത്തിക്കൊടുക്കുന്നതിനിടയിലും അച്ഛനെ കുറേശ്ശെ തണുപ്പിച്ചു കാണും. തണുത്താൽ അച്ഛൻ ഒരു കൊച്ചു കുഞ്ഞിനെപ്പോലെയാണ്. അച്ഛന്റെയും അമ്മയുടെയും പുറത്തുള്ള ദീർഘമായ ഇരിപ്പും എന്തോ സംഭവിച്ചിരിക്കുന്നുവെന്ന മട്ടിലുള്ള സംസാരവും അവളെ മടുപ്പിക്കുകയായിരുന്നു.

പിന്നെയും കുറേനേരം കഴിഞ്ഞ് അമ്മ ഒരു മുട്ടവിളക്കുമായി ഇങ്ങോട്ടു കടന്നുവരുമ്പോൾ അവൾ ഉറങ്ങുന്നപോലെ കണ്ണടച്ചു. അമ്മ അവളെ പതുക്കെ തട്ടിവിളിച്ചപ്പോൾ ഗാഢനിദ്രയിൽ നിന്നെന്നപോലെ ഉണരുകയും ചെയ്തു. അമ്മ അവളെ ചോറു തിന്നാൻ അടുക്കളയിലേക്ക് വിളിക്കുകയായിരുന്നു.

പാതി ചത്ത മട്ടിലാണ് അവൾ അടുക്കളയിലേക്ക് ചെന്നത്. അമ്മ അവളുടെ മുമ്പിൽ ചോറു വച്ചുകൊടുക്കുമ്പോൾ അവളുടെ മനസ്സ് ചോറിലൊന്നുമായിരുന്നില്ല. ചോറിലേക്ക് കൈകുത്തുമ്പോഴാകട്ടെ, അച്ഛനങ്ങോട്ട് കടന്നുചെല്ലുകയും ചെയ്തു. പെട്ടെന്ന് മനസൊന്നു വിറച്ചുപോയി.

അച്ഛൻ ജാലകത്തിലൂടെ വെളിയിലേക്ക് നോക്കിക്കൊണ്ട് ഉരലിൻമേലിരിപ്പായി. എല്ലാവരെയും പേടിപ്പിക്കുന്ന ഒരിരിപ്പായിരുന്നു അത്. അടുക്കള പൊടുന്നനെ മൂകതയിലേക്ക് വീഴുകയായിരുന്നു. അവൾ അച്ഛനെയും അമ്മയെയും കാണുന്നുണ്ടായിരുന്നില്ല. ചോറിൽ കൈയുണ്ടെങ്കിലും കണ്ണ് വെറും നിലത്തായിരുന്നു. എഴുന്നേറ്റോടി അകത്ത് ചെന്ന് കിടക്കാൻ തോന്നുന്നുണ്ടായിരുന്നു. പക്ഷേ, തിന്നുതീരാത്ത ചോറ്. അത് തീർക്കാൻ വേണ്ടി വാരിവാരി വിഴുങ്ങുകയായിരുന്നു. വീർപ്പുമുട്ടിത്തുടങ്ങിയപ്പോൾ കുഴിച്ചിട്ട ചോറുമായി അവളെഴുന്നേറ്റു.

അപ്പോൾ അവളുടെ അച്ഛന്റെ വായിൽ നിന്നൊരിടിമുഴക്കമുണ്ടായി: "കുത്തിരിയെടീ, അവിടെ." ആ ശബ്ദം അവിടമാകെ മുഴങ്ങുകയായിരുന്നു. പൊടുന്നനെ അമ്മ അച്ഛനും മകൾക്കുമിടയിലേക്ക് ചാടി വീണു. അച്ഛനും മകൾക്കുമിടയിലെ തികഞ്ഞ ഒരു നിസ്സഹായതയായിരുന്നു അപ്പോൾ അമ്മ. കൗസല്യ നിന്നേടത്തുനിന്നനങ്ങുന്നില്ല. അവളുടെ അച്ഛനും ഉരലിൽ നിന്നനങ്ങുന്നുണ്ടായിരുന്നില്ല.

മരത്തടിക്കുമുമ്പിൽ ഈർച്ചവാളുപോലെ തയാറായി നിൽക്കുകയായിരുന്നു അച്ഛൻ.

"ഞെനി നാളമൊതലങ്ങാടീപ്പണിക്ക് പോണ്ട. പോയാലിന്റെ കഴുത്ത് ഞാം കഷ്ണിക്കും." ആ കൽപ്പനയ്ക്ക് അവളുടെ കാതുകളിൽ വീഴുമ്പോൾ അത്രയൊന്നും ഊക്കുണ്ടായിരുന്നില്ല. ഇങ്ങനെ പല രാത്രികളിലും അച്ഛൻ കൽപ്പനകൾ പുറപ്പെടുവിച്ചിട്ടുണ്ട്. നേരം പുലരുമ്പോൾ അച്ഛൻ തണുക്കും. പിന്നെ ഉപദേശവും സ്നേഹത്തോടുകൂടിയുള്ള വിളികളുമായിരിക്കും.

അച്ഛൻ അടുക്കളയിൽനിന്ന് പുറത്തുപോയപ്പോൾ അവൾ പാത്രങ്ങൾ കഴുകിവച്ച് മുണ്ടിന്റെ കോന്തല വലിച്ചു കയറ്റി മുഖം തുടച്ച് കിടക്കാൻ പോയി. നേരത്തെ കിടന്ന പുല്ലുപായ മടക്കി വച്ചിട്ടുണ്ടായിരുന്നില്ല. തട്ടിപ്പിടഞ്ഞു വീഴുന്ന മാതിരി അതിലങ്ങ് വീണു. തലയിണയും പുതപ്പുമൊന്നുമെടുത്തിട്ടുണ്ടായിരുന്നില്ല. വെറുതെ അങ്ങനെ കിടന്നു. അവൾക്ക് ഉറക്കം വന്നതുമില്ല. ഇരുട്ടിലങ്ങനെ കോടിക്കിടക്കുമ്പോൾ അമ്മ പായും

പുതപ്പും തലയണയും മുട്ട വിളക്കുമായി കയറിവന്നു. ഇങ്ങനെ വെറുതെ ഒരു പുല്ലുപായിൽ അവൾ കിടക്കുന്നതുകണ്ടപ്പോൾ അമ്മയ്ക്ക് അരിശം വന്നു. മുറ്റത്തെ കുപ്പയിൽ ചൂലിട്ടടിക്കുന്നതുപോലെ അമ്മയുടെ നാവ് കിടന്നടിക്കുകയായിരുന്നു. അവസാനം അമ്മ പോയി പുതപ്പും തലയണയും എടുത്തുകൊണ്ട് വന്ന് അവളുടെ നേർക്കെറിഞ്ഞുകൊടുത്തു. തൊട്ടടുത്ത് അമ്മയും പായിട്ടു. വർഷങ്ങളായി അമ്മ അവളൊടൊപ്പമാണുറങ്ങുന്നത്. അവൾ വല്ല ദുഃസ്വപ്നങ്ങളും കണ്ട് ഞെട്ടിക്കരയുമ്പോൾ അമ്മ ഉണർന്ന് അവളെ അടിച്ചുണർത്തും. രാത്രിയിൽ മൂത്രമൊഴിക്കണമെന്നു തോന്നുമ്പോൾ അവൾ അമ്മയെ വിളിക്കും. പുറത്ത് എന്തെങ്കിലും ശബ്ദം കേട്ടാൽ അമ്മയെ വിളിക്കും. നായ്ക്കൾ കൂട്ടമായി കുരയ്ക്കുന്നതുകേട്ടാൽ അമ്മയെ വിളിക്കും. അവൾ ഉറക്കത്തിൽ പിച്ചും പേയും പറയാറുണ്ട്. അതെല്ലാം രാവിലെ അമ്മ അവളോടു പറഞ്ഞു കൊടുക്കും.

അവൾ ഉറങ്ങിയിട്ടില്ലെന്നു തോന്നിയപ്പോൾ അമ്മ അവളോട് ചേർന്നു കിടന്നു. ഇടതുകൈ അവളുടെ തലമുടിയിലൂടെ സ്നേഹത്തോടെ അലയുകയായിരുന്നു. അതവൾക്കൊരു സുഖമാണ്. ചിലപ്പോൾ അമ്മയുടെ കൈ അവളുടെ തലമുടിക്കിടയിലാവും ഉറങ്ങുക.

തലമുടിക്കിടയിലൂടെ കൈവിരലുകളിഴയുമ്പോൾ അമ്മ അങ്ങാടിയിലെ പഴയൊരു കഥ പറയുകയായിരുന്നു:

കൗസല്യയുടെ അമ്മയ്ക്ക് കൗസല്യയുടെ പ്രായം. അന്ന് കല്യാണം കഴിഞ്ഞിട്ടുണ്ടായിരുന്നില്ല. കല്യാണം കഴിഞ്ഞാലും ഇല്ലെങ്കിലും അങ്ങാടിയിലെ പെണ്ണുങ്ങളുടെമേൽ മുതലാളിമാർ കണ്ണുവച്ചാൽ രക്ഷയില്ല. അങ്ങനെ കണ്ണുവീണ പല പെണ്ണുങ്ങളും പുഴയിലൊഴുകിപ്പോയിട്ടുണ്ട്.

കൗസല്യയുടെ അമ്മ കുഞ്ഞിപ്പെണ്ണിന്റെ മേൽ പൈ മുതലാളിയുടെ മകൻ താരാനാഥൻ കണ്ണുവച്ചു. സുമുഖനായ കൊച്ചുപൈ കുഞ്ഞിപ്പെണ്ണിന്റെ പിന്നാലെ നടക്കാൻ തുടങ്ങി. അവന് കുഞ്ഞിപ്പെണ്ണിൽ എന്തെന്നില്ലാത്ത ഹരം.

ഒരുനാൾ ആ കൊച്ചുപൈ ആളുകളുടെ മുമ്പിൽ വച്ച് കുഞ്ഞിപ്പെണ്ണിന്റെ ദേഹത്ത് ഒരുപിടി മുല്ലപ്പൂവെറിഞ്ഞു. ചുറ്റുമുണ്ടായിരുന്നവർ മിണ്ടുകയോ ചിരിക്കുകയോ വെറുപ്പ് കാണിക്കുകയോ ചെയ്തില്ല. ചിരിക്കുന്നവരെ കൊച്ചുപൈ കല്ലെടുത്തെറിയും. വെറുപ്പുകാണിക്കുന്നവർക്ക് പിറ്റേന്നു മുതൽ അങ്ങാടിയിൽ പണിയില്ല.

കൊച്ചുപൈക്ക് മുറിമുറി മലയാളമേ അറിയാമായിരുന്നുള്ളൂ. അറിയുന്ന ആ മുറിമുറി മലയാളം അശ്ലീലവുമായിരുന്നു. ആ അശ്ലീലമെല്ലാം കുഞ്ഞിപ്പെണ്ണിനോട് പഞ്ചാരച്ചിരിയിൽ പൊതിഞ്ഞു പറയാൻ തുടങ്ങി. കുഞ്ഞിപ്പെണ്ണ് മിണ്ടിയില്ല. മിണ്ടാനവകാശമില്ലാത്ത കാലമാണത്.

കുഞ്ഞിപ്പെണ്ണ് മനസിനകത്ത് പർശനി മുത്തപ്പനെ വിളിച്ചു. എല്ലാ മനുഷ്യ ദുഃഖത്തിനും അന്ന് മുത്തപ്പനേ ഗതിയുണ്ടായിരുന്നുള്ളൂ. മുത്തപ്പന് കുഞ്ഞിപ്പെണ്ണ് പണവും നെയ്യും നേർന്നു.

എന്തായിട്ടും അവന്റെ ശല്യം കൂടുകയായിരുന്നു. പണി കയറിപ്പോകുമ്പോൾ റോഡുവക്കിൽ നിന്നവൻ വാടീ എന്നു വിളിക്കും. ചിലപ്പോൾ അവൻ കുഞ്ഞിപ്പെണ്ണിനെ പഞ്ചാരച്ചാക്കേ എന്നാണ് വിളിക്കുക. ആ വിളിക്കുശേഷം പഞ്ചാര നുണയുന്നതു കാണിക്കും.

കുഞ്ഞിപ്പെണ്ണിന്റെ മാനത്തിന് അങ്ങാടിയിൽ തീപിടിക്കുകയായിരുന്നു. അവളുടെ ഉടുതുണി കൊച്ചുപൈ കണ്ണുകൊണ്ടഴിച്ചെടുക്കുകയായിരുന്നു. അവനെ നായ്ക്കൾ കൂട്ടമായി വന്ന് കടിച്ചുകീറുന്നതവൾ സ്വപ്നം കണ്ടു. അവൻ കുളത്തിൽ മുങ്ങിച്ചാവുന്നതവൾ സ്വപ്നം കണ്ടു. പക്ഷേ, പകലാവുമ്പോൾ അവളുടെ മാനം കരിഞ്ഞുപോവുകയായിരുന്നു. അവനെ തെറിവിളിച്ചാൽ അങ്ങാടിയിൽ കാല്കുത്താൻ പറ്റുകയില്ല.

മുബാറക്കങ്ങാടിയിലെ ഏറ്റവും വലിയ മുതലാളി അന്നവന്റെ അച്ഛനായിരുന്നു. അവൻ അച്ഛന്റെ മകൻ തന്നെയാണ്. അയാൾ ചെറുപ്പക്കാരനായിരുന്നപ്പോൾ മൂന്നു പെണ്ണുങ്ങളെ ആഴിപ്പുഴയിലാക്കിയിട്ടുണ്ട്.

ഒരു ദിവസം വൈകുന്നേരം കുഞ്ഞിപ്പെണ്ണ് പണി കയറിപ്പോകുമ്പോൾ കൊച്ചുപൈയും സംഘവും ഒരു കാറിൽ അവളെ പിന്തുടർന്നു. ആൾ സഞ്ചാരമധികമില്ലാത്ത പെട്ടിപ്പാലത്തിനരികെയെത്തിയപ്പോൾ കൊച്ചുപൈ കാറുകൊണ്ടവളെ തടഞ്ഞുനിറുത്തി. കൊച്ചുപൈ ജേതാവായി കാറിൽനിന്ന് തല പുറത്തേക്കിട്ട് അവളെ വിളിക്കുകയായിരുന്നു. വാടീ, കുഞ്ഞിപ്പെണ്ണേ.. കേറെടീ... സായ്പ്പിന്റെ കുന്നിൻ പുറത്ത് പോകാം.

കുഞ്ഞിപ്പെണ്ണ് പേടിച്ചുവിറച്ചുപോയി. പിന്നെ, എങ്ങും നോക്കാതെ ഓടി. ആ ഓട്ടം വീട്ടിലെത്തിയപ്പോഴേ അവസാനിച്ചു. കുഞ്ഞിപ്പെണ്ണ് കിതച്ചുകൊണ്ടേ അച്ഛന്റെ കാൽക്കൽ വീണു. കൊച്ചുപൈയും സംഘവും കാറുമായി വന്ന കാര്യം അച്ഛനോടൊരുവിധം പറഞ്ഞൊപ്പിച്ചു.

പിറ്റേന്നുതന്നെ കുഞ്ഞിപ്പെണ്ണും അമ്മയും പണക്കിഴിയുമായി പർശനി മടപ്പുരയിലേക്കു പോയി. കുഞ്ഞിപ്പെണ്ണ് മുത്തപ്പൻ ദൈവത്തിന്റെ മുമ്പിൽ നിന്നുകൊണ്ട് ഏറെനേരം കരഞ്ഞു.

അന്നുരാത്രി പതിനൊന്നുമണിയോടുകൂടിയാണ് അവർ വീട്ടിൽ തിരിച്ചെത്തിയത്. അന്ന് രാത്രിതന്നെ കൊച്ചുപൈ കാറിടിച്ചാശുപത്രിയിലുമായി.

നാലുമാസമാണ് കൊച്ചുപൈ ആശുപത്രിയിൽക്കിടന്നത്. ആശുപത്രിയിൽ നിന്നിറങ്ങിയ കൊച്ചുപൈയെ പൈ മുതലാളി അവരുടെ ദേശമായ കാനറയിലേക്കയച്ചു. പിന്നെ ആ കൊച്ചുപൈ ഇങ്ങോട്ടുവന്നിട്ടില്ല.

അമ്മ പറഞ്ഞ കഥ മുഴുവനായി കൗസല്യ കേട്ടില്ല; കഥയുടെ ഏതോ ഘട്ടത്തിൽ വച്ച് അവൾ ഉറങ്ങിപ്പോയിരുന്നു.

അമ്മയുടെ മനസ്സ് അങ്ങാടിയുടെ പഴയകാലത്തേക്ക് വഴുതിപ്പോവുകയായിരുന്നു. ഇടതുകൈ അപ്പോഴും കൗസല്യയുടെ മുടിക്കിടയിലായിരുന്നു.

മനസിന്റെ അരങ്ങിലേക്ക് കടന്നുവന്ന സ്വപ്നത്തിൽനിന്ന് കൗസല്യ ഉറക്കെ വിളിച്ചു പറഞ്ഞു: “അയ്യോന്റെ മാധവേട്ടാ, ശങ്കരങ്കുട്ട്യേട്ടനെ അടിക്കല്ലേ...”

അമ്മ ഊക്കോടെ അവൾക്കൊരടിവെച്ചുകൊടുത്തു. പെട്ടെന്ന് അവളുടെ ഉറക്കവും സ്വപ്നവും മുറിഞ്ഞുപോയി. അപ്പുറത്തെ മുറിയിൽ അച്ഛന്റെ ടോർച്ച് ലൈറ്റ് മിന്നുകയായിരുന്നു.

ഏഴ്

പ്രഭാതത്തിലൊന്നു മുങ്ങിക്കുളിച്ചു അങ്ങാടി വീണ്ടും മറ്റൊരു പകലിനെ കാത്തിരിക്കുകയായിരുന്നു.

പ്രഭാതം അങ്ങാടിയെ മനുഷ്യരുടെ കണ്ണിൽ ഒരു പാവമാക്കി മാറ്റുന്നു. അങ്ങാടിക്കുഷാറുണ്ടാകണമെങ്കിൽ വെയിലുദിക്കണം. കനക മലയുടെ അപ്പുറത്തു നിന്നുയരുന്ന വെള്ളി ഗോളത്തിന്റെ പ്രഭ ജുമാമസ്ജിദിന്റെ മിനാരത്തിൽ തട്ടിപ്പൊട്ടിത്തെറിക്കണം. അപ്പോഴേ ഗോഡൗണുകളുടെ കനത്ത ഷട്ടറുകൾ പൊങ്ങുകയുള്ളൂ. മുതലാളിമാർ കാറിൽ മലർന്നു കിടന്നെത്തുകയുള്ളൂ. അങ്ങാടിയിലെ ആണുങ്ങളുടെയും പെണ്ണുങ്ങളുടെയും ശരീരത്തിൽനിന്ന് വിയർപ്പൊഴുകുകയുള്ളൂ.

മകരമാസത്തിന്റെ സുഖകരമായ തണുപ്പിലൂടെ പണിക്കാർ വന്നു കൊണ്ടിരുന്നു.

നേരത്തെ എത്തുന്നവർ അങ്ങാടിയുടെ ശാന്തമായ പെരുവഴികളിലൂടെ ഇത്തിരിനേരം വെറുതെ അലയുന്നു. അതൊരു സുഖമാണ്; പിന്നെ എവിടെയെങ്കിലും ഒത്തുകൂടി ഇരിക്കുന്നു.

എറമുവും വിൻസന്റും നാണുവുമൊക്കെ നേരത്തെ എത്തിയാൽ കുലച്ചന്തയുടെ തിണ്ണയിലാണ് സാധാരണയായി വന്നിരിക്കുക. തലേന്നു കണ്ട സിനിമയെപ്പറ്റിയോ രാഷ്ട്രീയകാര്യങ്ങളോ ആയിരിക്കും അവർ ഈ സമയത്ത് സംസാരിക്കുന്നത്. എന്നാൽ, ഈ ദിവസത്തിന് അങ്ങനെയുള്ള വിഷയങ്ങളൊന്നും ആവശ്യമില്ലാതായി വന്നിരിക്കുന്നു. ശങ്കരൻകുട്ടിയും ശാന്തമ്മയുമുണ്ട്. കൗസല്യയുണ്ട്. മാധവനുണ്ട്. മൂലപ്പറമ്പത്തെ രാമൻ വൈദ്യരുണ്ട്. അയാളുടെ മകൾ സുമതിയുണ്ട്. ചാത്തുണ്ണ്യേട്ടനുണ്ട്. ചിരുതാമ്മയുണ്ട്.

മാധവനും ശങ്കരൻകുട്ടിയും തമ്മിൽ പിണങ്ങിപ്പിരിഞ്ഞത് അങ്ങാടി

യിലെ തൊഴിലാളികൾ അത്ഭുതത്തോടെയാണ് കാണുന്നത്. ചിലർക്ക് ഉള്ളാലെ സന്തോഷവുമുണ്ട്. ഏറമുവും വിൻസന്റും നാണുവുമൊക്കെ സന്തോഷിക്കുന്നവരുടെ കൂട്ടത്തിലാണ്. എന്താ മാധവനിത്ര വമ്പ് എന്ന ചോദ്യം വർഷങ്ങളായി അവർ കൂടെക്കൊണ്ടു നടക്കുകയായിരുന്നു. അവർക്കെല്ലാമിപ്പോൾ സന്തോഷമായി.

എറമു രണ്ടുമൂന്നു ദിവസമായി അങ്ങാടിയിൽ ചോദിക്കുന്ന ഒരു ചോദ്യമാണ്. ശങ്കരൻകുട്ടി അവനിഷ്ടമുള്ള പെണ്ണിനെ കെട്ടുന്നു. അതു വേണ്ടെന്നു പറയാൻ മാധവനാരാ? വിൻസന്റും നാണുവുമൊക്കെ ആ ചോദ്യത്തിനൂക്കുകൂട്ടിക്കൊണ്ടിരുന്നു. അവരെപ്പോലെ ചോദിക്കുന്ന വേറെയും കുറേ പെണ്ണും ആണും മുബാറക്കങ്ങാടിയിലുണ്ട്. മാധവനി തെല്ലാമറിയുന്നുണ്ടായിരുന്നു. അങ്ങനെയുള്ളവരോട് മാധവനൊന്നേ പറ യാനുള്ളൂ: "പോടാ. ഇവനെന്റെ ചങ്ങാത്യാ... അവ്നെ കുഴീ തുള്ളാം ഞാം സമ്മതിക്കൂല. തുള്ളണോന്ന് നിർബന്ധാണേത്തുള്ളട്ടെ."

മകരം 28-ാം തീയതിക്കു നിശ്ചയിച്ച ശങ്കരൻകുട്ടിയുടെ സമ്മന്തം അങ്ങാടിയിലെ തൊഴിലാളികളെ രണ്ടു സംഘമാക്കി മാറ്റുകയായിരു ന്നു. അവർ ആ സമ്മന്തത്തെക്കുറിച്ച് മുക്കിലും മൂലയിലും നിന്നുകൊണ്ട് തലതല്ലിപ്പറയുകയായിരുന്നു. ഇതിനോടു ബന്ധപ്പെട്ടുകൊണ്ട് വേറെ രണ്ടുവിഷയങ്ങൾകൂടി അവരുടെ മനസിലും നാവിലും കടന്നുവന്നിരി ക്കുന്നു.

എങ്ങനെയാണ് ശങ്കരൻകുട്ടി ആ പാവം ശാന്തമ്മയെ അങ്ങാടി യിൽവച്ച് മർദിക്കുക.

മരിക്കാൻ വയ്യാഞ്ഞിട്ട് മാനം വിറ്റുജീവിക്കുന്നവളാണ് ശാന്തമ്മ.

പേപ്പട്ടിയെ തല്ലുന്നതുപോലെയല്ലേ അവളെ തല്ലിയത്?

മറ്റൊന്ന് കൗസല്യ ഇന്നലെ മാധവനെ വയറ്റത്ത് പൂട്ടിട്ട് പിടിച്ചതാണ്.

കൗസല്യ ഒരു പെണ്ണല്ലേ. പക്ഷേ, ഒരു പെണ്ണിനെപ്പോലെ അവൾ പെരുമാറിയില്ല. അവൾ ഈ അങ്ങാടിയിൽ ആണിനെ കവച്ചുവച്ചു.

അവൾക്ക് കുറെ അഹങ്കാരമുണ്ട്. എന്തിനും പോന്നവളാണെന്ന ഭാവമുണ്ട്. അങ്ങാടിയിലെ ഏതൊക്കെയോ കൊലകൊമ്പന്മാർ തന്റെ കൈയിലുണ്ടെന്ന അഹങ്കാരത്തിലാണവൾ.

ഏത് കൊലകൊമ്പന്മാർ? ഇങ്ങനെയെത്ര കൊമ്പന്മാർ ഈ അങ്ങാ ടിയിലൂടെ കടന്നുപോയി. പറപറന്നുവെട്ടിയ തെമ്മാടികളെ ഒതുക്കി ഒതുക്കി ക്ഷയരോഗാശുപത്രിയിലേക്കു പറഞ്ഞയച്ച അങ്ങാടിയാണിത്. മാക്കുന്നിലെ ക്ഷയരോഗാശുപത്രി ഇങ്ങോട്ടുതന്നെ നോക്കിനിന്നിട്ടുണ്ട് ഒരുകാലത്ത്, ആ കാലമെല്ലാം പോയി. കത്തിക്കും കൈമുഷ്ടിക്കും സ്ഥാന മില്ല എന്ന് അങ്ങാടിയുടെ കാലം തെളിയിച്ചുകൊടുത്തു.

പത്തുമണിയോടെ ബസ്സ്റ്റാന്റിന്റെ ഭാഗത്തുനിന്ന് മൈക്ക് പിടിപ്പിച്ച ഒരു ടാക്സി കാർ അങ്ങാടിയുടെ ഭാഗത്തേക്കോടി കിതച്ചുവന്നു. ആ കാറ് മറ്റെങ്ങോട്ടും പോവുകയായിരുന്നില്ല. അങ്ങാടിയിലേക്കുതന്നെ വന്ന തായിരുന്നു.

കാറിൽനിന്ന് അലർച്ചയുടെ രൂപത്തിൽ മൈക്കിലൂടെ പുറത്തുവന്ന ശബ്ദം അങ്ങാടിയുടെ എല്ലാ കോണുകളിലേക്കും തുളച്ചു ചെല്ലുകയായിരുന്നു. ആ ശബ്ദം ചിലപ്പോൾ കതിനവെടിയുടെ ഒച്ചപോലെയായിരുന്നു.

തൊഴിലാളികളെല്ലാം പണിനിറുത്തിവച്ച് ആ ശബ്ദത്തിനു നേർക്ക് കാത് കൂർപ്പിച്ചുകൊണ്ടുനിന്നു. മുബാറക്കങ്ങാടിയിലെ മുതലാളിമാരുടെ കാതുകളും അങ്ങോട്ടുതന്നെയായിരുന്നു. വേദനയും അമർഷവും പ്രതിഷേധവും കൂടിച്ചേർന്നുള്ള ഒരൊഴുക്കായിരുന്നു ആ കാറിൽ നിന്ന് വന്നുകൊണ്ടിരുന്നത്: "പ്രിയപ്പെട്ട തൊഴിലാളി സുഹൃത്തുക്കളേ, ഇന്നലെ വൈകുന്നേരം അങ്ങാടിയിൽ നടന്ന മൃഗീയമായ മർദനത്തെക്കുറിച്ച് നിങ്ങളറിഞ്ഞിരിക്കുമല്ലോ. ശാന്തമ്മ എന്ന പാവപ്പെട്ട സ്ത്രീയെ ഒരു തെമ്മാടി ക്രൂരമായി മർദിക്കുമ്പോൾ തൊഴിലാളി സുഹൃത്തുക്കളേ നിങ്ങളുടെയെല്ലാം ഹൃദയം എവിടെയായിരുന്നു. ആ സ്ത്രീ അങ്ങാടിയിൽ കിടന്നു പിടയുമ്പോൾ നിങ്ങളെല്ലാം നിശ്ശബ്ദമായി നോക്കിനിന്നില്ലേ? പൊലീസ് ഇങ്ങോട്ടൊന്നു തിരിഞ്ഞുനോക്കിയോ? പൊലീസിനും അങ്ങാടിയിലെ മുതലാളിമാർക്കും ഇതെല്ലാം ഇഷ്ടമാണ്. പാവപ്പെട്ടവനെ പാവപ്പെട്ടവനെക്കൊണ്ട് തല്ലിക്കുകയെന്നതാണവരുടെ നയം. ശാന്തമ്മ ഈ അങ്ങാടിയിൽക്കിടന്നു വേദനിച്ചു പുളയുമ്പോൾ അവർ പിന്നോട്ടുമലർന്നു കിടന്നു ചിരിച്ചു. തൊഴിലാളികളായ നിങ്ങളും ചിരിച്ചെന്നോ? പക്ഷേ നിങ്ങൾക്കങ്ങനെ ചിരിക്കാൻ കഴിയില്ല. നിങ്ങൾ അങ്ങനെ ചിരിക്കരുത്. ഇന്നലെ നടന്ന ക്രൂരമായ മർദനത്തിനെതിരെ ഇന്ന് വൈകുന്നേരം അഞ്ചരമണിക്ക് നടക്കാൻ പോകുന്ന പ്രതിഷേധയോഗത്തിൽ നിങ്ങളെല്ലാം പങ്കെടുക്കണമെന്ന് മനുഷ്യവേദിയുടെ പ്രവർത്തകർ അഭ്യർഥിക്കുന്നു. അങ്ങാടിയിലെ റൗഡിസത്തെ മനുഷ്യവേദി നേരിടുമെന്ന് ഞങ്ങൾ പ്രതിജ്ഞ ചെയ്യുന്നു. മനുഷ്യവേദി പൊലീസിൽ വിശ്വസിക്കുന്നില്ല. പൊലീസും തെമ്മാടികളും ഞങ്ങൾക്കൊരുപോലെയാണ്. മനുഷ്യത്വത്തിന്റെ ഭാഷ ഈ രണ്ടു വർഗത്തിനും മനസിലാകുന്നില്ലെങ്കിൽ കൈയൂക്കിന്റെ ഭാഷയുമായിട്ടായിരിക്കും ഞങ്ങൾ മുന്നോട്ടു വരുന്നത്. ഇന്നു വൈകുന്നേരം നടക്കാൻ പോകുന്ന മർദന പ്രതിഷേധ യോഗത്തിൽ എല്ലാവരും പങ്കെടുക്കണമെന്ന് ഞങ്ങൾ അഭ്യർഥിക്കുന്നു. മനുഷ്യവേദി സിന്ദാബാദ്... മനുഷ്യവേദി സിന്ദാബാദ്.."

ആ കാർ സെയ്താർപള്ളി റോഡിലൂടെ തെക്കോട്ടു പാഞ്ഞുപോയി. പട്ടണത്തിലാകെ അലറിപ്പാഞ്ഞുകൊണ്ട് ഉച്ചയാകുമ്പോൾ അത് വീണ്ടും മുബാറക്കങ്ങാടിയിലെത്തും. സെയ്താർ പള്ളി റോഡിൽനിന്ന് കാർ നേരെ പോകുന്നത് മാനമ്പള്ളി റോഡിലേക്കായിരിക്കും. എല്ലാ രാഷ്ട്രീയ പാർട്ടികളുടെയും തൊഴിലാളി യൂണിയനുകളുടെയും ഓഫീസുകളും കൊടിയും മാനമ്പള്ളി റോഡിലാണ്. ഈ റോഡിലാണ് ഏറ്റവും ശക്തിയായി ശാന്തമ്മയുടെ കഥ ആ കാർ അലറിപ്പറയുക, അവിടെനിന്നും പുഴക്കരയിലൂടെ ഓട്ടുകമ്പനിക്കു മുമ്പിലൂടെ ഇന്ദിരാ നഗറിലൂടെ, പഴയ

ബസ്സ്റ്റാന്റിനു മുമ്പിലൂടെ ഓടി വീണ്ടും മുബാറക്കങ്ങാടിയിൽത്തന്നെ എത്തും.

കാർ കടന്നുപോയപ്പോൾ അങ്ങാടിയുടെ ഹൃദയം കുറച്ചുനേരം തരിച്ചുപോയി. പിന്നീടതൊരു പേടിയും അമ്പരപ്പും പരിഹാസവുമായിത്തീർന്നു. പലരും പല രീതിയിൽ ചിന്തിക്കുകയായിരുന്നു. ഒരു വേശ്യന്റെ പേരിലും പ്രതിഷേധോം രാഷ്ട്രീയവും. വേശ്യായാലെന്താ? അവളെ ഇങ്ങനെ മർദിക്കാമോ? അടിയേതായാലും അടിയാണ്. ആരുടെ മേല് വീണാലും അടിയാണ്.

അങ്ങാടിയിലെ പെണ്ണുങ്ങൾക്കെല്ലാം പേടി തുടങ്ങിയിരിക്കുന്നു.

മാധവനെ നോക്കുകയാണ് കൗസല്യ, ഒരു കുലുമാലിനും പോകരുതേ മാധവേട്ടാ എന്ന് അവളുടെ കണ്ണുകൾ പറഞ്ഞുകൊണ്ടിരുന്നു. പക്ഷേ, മാധവൻ ദുഃഖത്തിലായിരുന്നു. ശങ്കരൻകുട്ടി ഇതിനെല്ലാം വഴി വെച്ചല്ലോ.

കുലച്ചന്തയിൽ ജോലി ചെയ്യുകയായിരുന്ന ശങ്കരൻകുട്ടിയെ ചാത്തുണ്ണ്യേട്ടൻ വിളിച്ചുപുറത്തുകൊണ്ടുപോയി. ആ വിളിച്ചുകൊണ്ടു പോകലിൽ എന്തോ അപകടം മണക്കുന്നതായി മാധവനു തോന്നി. ചാത്തുണ്ണ്യേട്ടനാണ് ശങ്കരൻകുട്ടിക്ക് എല്ലാറ്റിനും ഇപ്പോൾ ഗുരു. പക്ഷേ, ചാത്തുണ്ണ്യേട്ടൻ എന്തും ചെയ്യുക കുടിപ്പുറത്താണ്. കുടിച്ചാലേ ചാത്തുണ്ണ്യേട്ടന് ധൈര്യം വരൂ. കുടിച്ചാലേ ചാത്തുണ്ണ്യേട്ടന് ആണിനെപ്പോലെ സംസാരിക്കാൻ കഴിയൂ.

ചാത്തുണ്ണ്യേട്ടന്റെകൂടെ വിൻസന്റും ഇറങ്ങിച്ചെന്നു. വേറെയും ആരൊക്കെയോ ഇറങ്ങി ഓടിപ്പോകുന്നതു കണ്ടു. സംസാരിച്ച് സംസാരിച്ച് അവരങ്ങ് മഹാത്മാഗാന്ധി റോഡിലേക്കു മറയുന്നത് മാധവൻ കാണുന്നുണ്ടായിരുന്നു. ഓടിച്ചെന്ന് ശങ്കരൻകുട്ടിയെ ഇങ്ങോട്ടു വിളിച്ചുകൊണ്ടു വരാനാണ് മാധവന് തോന്നിയത്. ശങ്കരൻകുട്ടി വരില്ല. അവൻ ചാത്തുണ്ണ്യേട്ടന്റെ നിഴലാണിപ്പോൾ.

ശങ്കരൻകുട്ടിയുടെ ദയനീയമായ മുഖം മാധവന്റെ മനസിനു താങ്ങാൻ കഴിയുന്നില്ല. അവന് പണിയൊന്നും ചെയ്യാൻ കഴിയുന്നുമില്ല. ആരോടും മാധവനൊന്നും പറയാൻ കഴിയുന്നുമില്ല. മാധവൻ പതുക്കെ നടന്ന് മുനിസിപ്പൽ കക്കൂസിന്റെ തിണ്ണയിൽ ചെന്നിരുന്നു. ആ പരിസരത്തെ ദുർഗന്ധം അവൻ അറിയുന്നുണ്ടായിരുന്നില്ല.

അങ്ങാടിയുടെ എല്ലാ മൂലകളിലും വൈകുന്നേരം നടക്കാൻ പോകുന്ന പ്രതിഷേധ യോഗത്തെക്കുറിച്ചുള്ള സംസാരങ്ങളായിരുന്നു.

തൊഴിലാളികൾ വ്യക്തമായും രണ്ടുചേരികളായി മാറുകയായിരുന്നു. ശങ്കരൻകുട്ടിയുടെ ചേരിയും ശാന്തമ്മയുടെ ചേരിയും. ശങ്കരൻകുട്ടിയുടെ ചേരിയിലുള്ളവരിൽ പലരും മാധവനെ ഇഷ്ടമില്ലാത്തവരായിരുന്നു.

മനുഷ്യവേദിക്കാർ പഴയ നക്സലൈറ്റുകളാണെന്നറിഞ്ഞപ്പോൾ മുബാറക്കങ്ങാടിയിലെ മുതലാളിമാർക്കും ഭയം തോന്നി. പഴയ പൊലീസ് സ്റ്റേഷനാക്രമണത്തിന്റെ നാളുകൾ മുതലാളിമാരുടെ മനസിൽ കടന്നു

വരികയായിരുന്നു. ആ ഭയം മുതലാളിമാർ ഫോണിലൂടെ കൈമാറിക്കൊണ്ടിരുന്നു. അവസാനം ഇത് നമുക്കെതിരായുള്ളതല്ലല്ലോ. പിന്നെ നാമെന്തിന് ഭയപ്പെടണമെന്ന തീരുമാനത്തിലവർ എത്തിച്ചേർന്നു. എന്നാലും മനസിലൊരു ഭയമുണ്ടായിരുന്നു. അവ്വേക്കർ മുതലാളി പറഞ്ഞു: "എന്തിനും മുതിരുന്ന കുറേ നക്സലൈറ്റുകൾ ഈ ടൗണിലുണ്ട്. സൂച്ചിച്ചിരിക്കണം."

മുതലാളിമാർ അമർഷത്തോടെ ചിന്തിക്കുകയായിരുന്നു. എന്നാലും നക്സലൈറ്റുകൾക്ക് അങ്ങാടിയുടെ കാര്യത്തിലിടപെടാനുള്ള പഴുതുണ്ടാക്കിക്കൊടുത്തല്ലോ. പണ്ട് ബോംബ് കൊണ്ട് നടന്നവരാണ് ഇന്ന് മനുഷ്യവേദിയെന്നും പറഞ്ഞ് നടക്കുന്നത്. അവരെ ഭയപ്പെടാതിരുന്നുകൂടാ. അവരുടെ കൂട്ടുകാർ അങ്ങാടിയിലും കാണും.

ഉമ്മൻ മുതലാളി പൊലീസ് സ്റ്റേഷനിൽ വിളിച്ച്, വൈകുന്നേരം ഇങ്ങോട്ടൊരു കണ്ണുണ്ടാകണമെന്നപേക്ഷിച്ചു.

അങ്ങാടിയിൽ പലതും കേട്ടുതുടങ്ങുകയായിരുന്നു. മനുഷ്യവേദിക്കാർ സ്റ്റേജിൽ ശാന്തമ്മയെ കൊണ്ടുവന്നിരുത്തും. അവൾ പ്രസംഗിക്കും. അങ്ങാടിയിലെ ആണിനോടും പെണ്ണിനോടും അവൾ ചോദിക്കും. സഹോദരങ്ങളെ നിങ്ങളൊക്കെ മനുഷ്യരാണോ എന്ന്.

ശാന്തമ്മയെ ശങ്കരൻകുട്ടി മർദിച്ച അതേ സ്ഥലത്തുവച്ച് മനുഷ്യവേദിക്കാർ അവനെ അടിക്കും.

അപ്പോൾ ശങ്കരൻകുട്ടിയുടെ സ്നേഹിതന്മാർ നോക്കി നിൽക്കുമോ?

മനുഷ്യവേദിക്കാരുടെ നട്ടെല്ല് ഈ അങ്ങാടിയിൽക്കിടന്നൊടിയും. ഇവിടെ പൊരിഞ്ഞ അടി നടക്കാതിരിക്കില്ല ചോര തെറിച്ചെന്നുവരും. ശവങ്ങൾ വീണെന്നും വരും.

ഉച്ചയോടെ വേറൊന്നുകൂടി കേട്ടുതുടങ്ങി. ചാത്തുണ്ണ്യേട്ടൻ അടിക്കാരെ സംഘടിപ്പിക്കുന്നുണ്ട്. ചാത്തുണ്ണ്യേട്ടനും സംഘവും മനുഷ്യവേദിക്കാരുടെ പ്രതിഷേധയോഗം അടിച്ചുകലക്കിക്കളയും. കല്ലേറും വടിയേറുമുണ്ടാകും. കടപ്പുറത്തുനിന്ന് ഒരുങ്ങിത്തന്നെ നൂറ്റൊന്നു മല്ലന്മാർ വരുന്നുണ്ട്. ചാത്തുണ്ണ്യേട്ടൻ കടപ്പുറത്തുതന്നെ നിൽക്കുകയാണ്. വടിയും പഴയ ചെരിപ്പും സോഡക്കുപ്പികളും സംഘടിപ്പിക്കാൻ ടൗണിലാകെ പത്തിരുപതാളുകളെ വിട്ടിട്ടുണ്ട്. ഓരോ നിമിഷവും പുതിയ പുതിയ വിവരങ്ങളാണ് അങ്ങാടിയിലേക്കു വന്നുകൊണ്ടിരുന്നത്.

ഉച്ചകഴിഞ്ഞപ്പോൾ മാധവൻ അവന്റെ വീട്ടിലേക്കൊന്നു പോവാനായി അങ്ങാടിയിൽനിന്നു പണികയറി. അക്കരെയാണവന്റെ വീട്. പോയിട്ട് വേഗം തിരിച്ചുവരണം. പെട്ടിയിൽ സൂക്ഷിച്ചുവച്ച മിന്നുന്ന ഒരു കത്തിയുണ്ട്. ആ കത്തി എടുക്കാനാണ് മാധവൻ പുഴ കടന്നക്കരെ പോകുന്നത്. ആ കത്തി ഇതുവരെയും അങ്ങാടിയിൽ കൊണ്ടുവന്നിട്ടില്ല.

ഇന്ന് ആ കത്തി ഒക്കത്തിരിക്കട്ടെ എന്നു മാധവൻ തീരുമാനിച്ചു. മാധവൻ വേഗം നടന്നു കടവത്തെത്തുമ്പോൾ തോണി പുഴയോരത്തു നിന്നു വിട്ടു കഴിഞ്ഞിരുന്നു.

വെയിൽ മാറിത്തുടങ്ങുകയായിരുന്നു. അങ്ങാടിക്ക് പതിവില്ലാത്തൊരു മയക്കം. ചുറ്റുമുള്ള നാലഞ്ചു ചാരായഷാപ്പുകളിൽ ഉച്ചമുതലേ നല്ലതിരക്കായിരുന്നു. ഓണത്തിനും വിഷുവിനും പെരുനാളിനുമൊക്കെയുള്ള തിരക്ക്.

അങ്ങാടിയിൽ പലതരം പാട്ടുകൾ കേട്ടുതുടങ്ങി. പെണ്ണുങ്ങളില്ലാത്ത മൂലകളിൽനിന്ന് പൂരപ്പാട്ടുകൾ തന്നെയും ഉയരുന്നു. ഒരുകാലത്ത് പൂരപ്പാട്ടുകൾ വിളഞ്ഞ സ്ഥലമാണ് മുബാറക്കങ്ങാടി. കാലം വളരവേ പൂരപ്പാട്ടുകൾ അപ്രത്യക്ഷമായി. പൂരപ്പാട്ടുകൾ പാടാനറിയുന്നവർ ഇപ്പോൾ കുറവാണ്. പാടാനറിയുന്നവർക്കാകട്ടെ നന്നായി പാടാനുമറിയുന്നില്ല. പുതിയകാലം അതിന്റെ ഭാവവും താളവും നഷ്ടപ്പെടുത്തിക്കളഞ്ഞു. അധ്വാനത്തിന്റെ ഭാരം കുറയ്ക്കാനുള്ള പണ്ടത്തെ മരുന്നായിരുന്നു പൂരപ്പാട്ടുകൾ. ശരീരത്തിൽ നിന്നൊഴുക്കുന്ന വിയർപ്പിനോടൊപ്പമാണ് പണ്ട് ആ പാട്ടുകൾ ഹൃദയത്തിൽ നിന്നൊഴുകിവന്നത്. അന്നത്തെ ആണുങ്ങൾ പെണ്ണുങ്ങളുടെ മുമ്പിൽവച്ചു തന്നെ പൂരപ്പാട്ടുകൾ പാടാറുണ്ട്. അന്നത്തെ പെണ്ണുങ്ങളും പതുക്കെ ആ പാട്ടുകൾ പാടുമായിരുന്നു. ഇന്നത്തെ പെണ്ണുങ്ങൾക്ക് പൂരപ്പാട്ട് കേട്ടുകൂടാ. ജീവിതത്തിന്റെ രസങ്ങൾ മാറിപ്പോയി. രസങ്ങളെല്ലാം രഹസ്യങ്ങളായിത്തീരുകയും ചെയ്തു.

കോളിയാടൻ മരക്കിഴങ്ങ് കയറ്റിവന്ന ലോറികളുടെ അടുത്തു നിന്നാണ് പൂരപ്പാട്ടൊഴുകിവരുന്നത്. അറുപതു കഴിഞ്ഞ കേളപ്പൻ മൂപ്പനാണ് പ്രധാന പാട്ടുകാരൻ. മൂപ്പൻ ഇന്ന് മൂന്നുതവണയാണ് നാലാം നമ്പർ ചാരായഷാപ്പിൽ പോയത്. പൂരപ്പാട്ടിൽ ഹരം കയറിയാൽ മൂപ്പനിങ്ങനെയാണ്. മൂപ്പന്റെ വരികൾ ചെറുപ്പക്കാരും നാവിലേക്കെടുക്കുന്നുണ്ടായിരുന്നു. തന്നോടൊപ്പം ചെറുപ്പക്കാർകൂടി ചേർന്നാൽ മൂപ്പന് അതിരറ്റ സന്തോഷമാവും. ഹരം കയറിയാൽ മൂപ്പൻ ഇല്ലാത്ത പാട്ടുകൾ ഉണ്ടാക്കിപ്പാടും. ഉണ്ടാക്കിപ്പാടുന്ന പാട്ടുകളിൽ നായികമാരാവാൻ മൂപ്പന് ദേവതകൾ വേണ്ട. പഴയ കാലത്തെ ഏതെങ്കിലും സുന്ദരിമാരെക്കുറിച്ചായിരിക്കും പാട്ട്. ആ നല്ല സുന്ദരിമാർ അങ്ങാടിയിലെ ബഹളത്തിനിടയിൽ മൂപ്പന്റെ രാഗങ്ങളിൽ കിടന്നലയും.

കൊടുങ്ങല്ലൂർ ഭഗവതിയെക്കുറിച്ചുള്ള പൂരപ്പാട്ടുകളാണ് കേളപ്പൻ മൂപ്പൻ പാടിത്തുടങ്ങിയത്. കുറച്ചു സമയം കഴിഞ്ഞപ്പോൾ കൊടുങ്ങല്ലൂർ ഭഗവതിയുടെ സ്ഥാനത്ത് കടാങ്കോടു മാക്കമായി. മനുഷ്യസ്ത്രീയായി ജനിച്ച് പാതിവ്രത്യത്തിന്റെ കാഠിന്യംകൊണ്ട് ദേവതയായിത്തീർന്ന സ്ത്രീയാണ് കടാങ്കോട്ട് മാക്കം. കേളപ്പൻ മൂപ്പൻ മാക്കത്തെപ്പറ്റി പാടിപ്പാടി, മാക്കം പിന്നെ കൗസല്യയ്ക്ക് വഴിമാറിക്കൊടുത്തു.

നായിക കൗസല്യയായപ്പോൾ മൂപ്പൻ ഭയത്തോടെ നാലുപാടുമൊന്നു നോക്കി. കൗസല്യ ഉമ്മൻമുതലാളിയുടെ ഗോഡൗണിനടുത്ത് ഗോതമ്പു തൂത്തുവാരുകയായിരുന്നു. മാധവനെ അരികെയൊന്നും കാണുന്നുണ്ടായിരുന്നില്ല.

അന്നാദ്യമായി കൗസല്യയെക്കുറിച്ചൊരു തോന്ന്യാസം കേളപ്പൻമൂ

പ്പന്റെ നാവിലൂടെ അങ്ങാടിയിൽ അരങ്ങേറുകയായിരുന്നു. കൗസല്യ കഥാനായികയായ പൂരപ്പാട്ട് മറ്റുള്ളവരിൽ ഭയം ജനിപ്പിച്ചു. മാധവനെങ്ങാനിതറിഞ്ഞാൽ! കേളപ്പൻ മൂപ്പന്റെ നാവ് അവൻ അരിഞ്ഞെടുത്തുകളയും. ഭയത്തോടെയാണെങ്കിലും മൂപ്പൻ പതുക്കെ ആ പൂരപ്പാട്ട് പാടുകതന്നെ ചെയ്തു. ആ പാട്ടിൽ ചെറുപ്പക്കാരാരും പങ്കെടുത്തില്ല. അവർക്ക് ആ പാട്ട് തീരെ ഇഷ്ടവുമായില്ല.

തന്റെ പുതിയ പൂരപ്പാട്ട് മറ്റാരെയും സന്തോഷിപ്പിക്കുന്നില്ലെന്ന് തോന്നിയപ്പോൾ മൂപ്പൻ അത് നിറുത്തിക്കളഞ്ഞു. മൂപ്പന്റെ ലഹരിയും കുറയുകയായിരുന്നു. കുറേനേരത്തെ മൗനത്തിനുശേഷം മൂപ്പൻ പറഞ്ഞു: "കുടിച്ചാ വല്ല തോന്ന്യാസോം കാണിക്കണം. ഇല്ലേങ്കിലെന്തിനാ കുടിക്ക്ന്ന്? കയ്യിക്കെടക്ക്ന്ന കാശ് കൊടുത്ത് മിണ്ടാപ്രാണ്യായിട്ടിരിക്കണോ?"

ക്ഷീണവും മടുപ്പും തോന്നിയ മൂപ്പൻ പണിനിറുത്തി റോഡിലേക്കു കയറി. ചാരായത്തെക്കുറിച്ചുള്ള ആലോചനയിൽ മൂപ്പനങ്ങനെ നിൽക്കുകയായിരുന്നു. അപ്പോഴാണ് വടക്കുനിന്ന് ചാത്തുണ്ണ്യേട്ടൻ തിരക്കിട്ടു നടന്നുവരുന്നത് മൂപ്പന്റെ കണ്ണിൽപ്പെട്ടത്. മൂപ്പൻ ചാത്തുണ്ണ്യേട്ടനെ കാത്തവിടെ നിന്നു. വാണം വിട്ടപോലെയാണ് ചാത്തുണ്ണ്യേട്ടൻ നടന്നുവരുന്നത്. ചാത്തുണ്ണ്യേട്ടന്റെ കണ്ണിൽ ഒരാളും പെടുന്നില്ല.

മൂപ്പനോടൊന്നു ചിരിക്കുകപോലും ചെയ്യാതെ ചാത്തുണ്ണ്യേട്ടൻ മൂപ്പനെ കടന്നുപോയി. ചാത്തുണ്ണ്യേട്ടന്റെ പോക്ക് മൂപ്പൻ നോക്കി നിന്നു. പിന്നെ, നീട്ടി അങ്ങോട്ടൊരു തുപ്പുകൊടുത്തു. മൂപ്പൻ ആലോചിക്കുകയായിരുന്നു. ചാത്തുണ്ണീന്റൊരു പോക്ക്. വെല്യനേതാവിനപ്പോലെല്ലേ നടക്ക്ന്ന്?

ചാത്തുണ്ണ്യേട്ടനെ എല്ലാവരും കാണുന്നുണ്ടായിരുന്നു. എന്താ ചാത്തുണ്ണ്യേട്ടന്റെ പരിപാടിയെന്ന് ആർക്കും മനസിലാവുന്നില്ല. ചാത്തുണ്ണ്യേട്ടൻ ശങ്കരൻകുട്ടിക്കുവേണ്ടി എന്തെങ്കിലും ഒപ്പിക്കാതിരിക്കില്ലെന്നെല്ലാവർക്കുമറിയാം.

മുബാറക്കങ്ങാടിയിൽ വലിയ ചരിത്രമുള്ളയാളാണ് ചാത്തുണ്ണ്യേട്ടൻ. അങ്ങാടിയിലെ ആദ്യത്തെ കമ്യൂണിസ്റ്റുകാരനായിരുന്നു. നാൽപ്പത്തെട്ടിലെ രാഷ്ട്രീയകാലത്ത് ടൗണിലാകെ പാർട്ടിയുടെ വാൾ പോസ്റ്ററുകൾ ഒട്ടിച്ചു നടന്ന ചാത്തുണ്ണിച്ചെക്കൻ എന്ന കുട്ടിയാണ് ഇന്നത്തെ ചാത്തുണ്ണ്യേട്ടൻ. അന്ന് വാൾപോസ്റ്ററുകൾ ഒട്ടിക്കാനും വേണമായിരുന്നു ഒരു വിപ്ലവബോധം. നോട്ടീസ് വിതരണം ചെയ്തതിന് പൊലീസിന്റെ അടിയും ഇടിയും കൊണ്ട് ആ കുട്ടി കമ്യൂണിസ്റ്റുകാരനായിത്തന്നെ വളർന്നു.

യുവാവായിരുന്ന ചാത്തുണ്ണി ഒരു കടുംചുവപ്പുമനുഷ്യനായിരുന്നു. അങ്ങാടിയെ അക്കാലത്ത് ചുവപ്പിച്ചതും ചാത്തുണ്ണിയായിരുന്നു. അന്നത്തെ ചാത്തുണ്ണിയെ ചാത്തുണ്ണ്യേട്ടനിൽ ഇന്ന് തിരി കത്തിച്ചു നോക്കിയാൽപ്പോലും കാണാനില്ല. ചാത്തുണ്ണി ചാത്തുണ്ണ്യേട്ടനായി മാറിക്കൊണ്ടിരിക്കുമ്പോൾ ചുവപ്പിലാവേശമില്ലാതായി. കമ്യൂണിസത്തിന്റെ

പുതിയ കാലം ചാത്തുണ്ണ്യേട്ടനെപ്പോലെയുള്ളവരെ പിറകോട്ടുതള്ളി. പിന്നെ, വർഷങ്ങളിലൂടെ ചാത്തുണ്ണ്യേട്ടൻ എല്ലാം മറന്നു. ഇപ്പോൾ ചാത്തുണ്ണ്യേട്ടന്റെ ജീവിതം ചാരായത്തിലൊതുങ്ങിപ്പോയിരിക്കുന്നു.

കേളപ്പൻ മൂപ്പന് ചാത്തുണ്ണ്യേട്ടനെക്കുറിച്ചും പാട്ടുവന്നു. പാടിപ്പാടിയങ്ങനെ കേളപ്പൻ നാലാം നമ്പറിലേക്ക് നടന്നു.

പണി കയറിയ അങ്ങാടിക്കാർ മനുഷ്യവേദിക്കാരുടെ പ്രസംഗം കേൾക്കാൻ കാത്തിരിക്കുകയായിരുന്നു.

മാധവൻ കത്തിയും ഒക്കത്ത് തിരുകി തിരിച്ചെത്തിയിരിക്കുന്നു. നക്സലൈറ്റുകളെ കാണുന്നത് മാധവന്റെ കണ്ണിന് പഹയാണ്. പുസ്തകവും കക്ഷത്തു വച്ചുനടക്കുന്ന താടിക്കാരായ നക്സലൈറ്റുകളെ നട്ടപ്പെരാന്തന്മാരെന്നാണ് മാധവൻ വിളിക്കാറ്. ആ ഭ്രാന്തന്മാരാണിന്ന് അങ്ങാടിയിൽ ശാന്തമ്മയ്ക്ക് കൊണ്ട അടിക്കുപകരം ചോദിക്കാൻ വരുന്നത്. മാധവൻ ആലോചിക്കുകയായിരുന്നു. ഇവരുടെ ആരാ ശാന്തമ്മ? വല്ല തോന്ന്യാസവും അങ്ങാടിയിൽ കാണിച്ചാൽ അഞ്ചാറ് നക്സലൈറ്റുകളെയെങ്കിലും കുത്തിമലർത്തുമെന്ന് മാധവൻ തീരുമാനിച്ചു. അപ്പോഴും അവന് തോന്നുകയായിരുന്നു. ഇതെല്ലാം ശങ്കരൻകുട്ടി വലിച്ചിട്ടതാണ്. ശങ്കരൻകുട്ടിക്ക് എന്തെല്ലാമോ കുഴപ്പങ്ങൾ ഒരുങ്ങിവരുന്നതുപോലെ മാധവനു തോന്നി.

മൈക്കും മനുഷ്യവേദിക്കാരും വരികയായിരുന്നു. അഞ്ചരമണികഴിഞ്ഞിട്ടേറെയായി. സൂര്യനും അസ്തമിച്ചു. പണി കയറിയവരാരും വീട്ടിലേക്ക് പോയിട്ടില്ല. അവർ കാത്തിരിക്കുകയാണ്. എല്ലാവരുടെയും കണ്ണുകൾ ശാന്തമ്മയെ അന്വേഷിക്കുകയാണ്. അവൾ ഇന്ന് പ്രസംഗിക്കാൻ പോകുന്നു. പെണ്ണുങ്ങൾക്ക് അതിനെക്കുറിച്ചോർക്കുമ്പോൾ മേലാകെ ഉളുത്തു കയറുകയാണ്. ശാന്തമ്മ പ്രസംഗിക്കുകയോ? അവർ ശങ്കരൻകുട്ടിയോടും അങ്ങാടിയോടും നിരവധി ചോദ്യങ്ങൾ ചോദിക്കാൻ പോകുന്നുവെന്നാണ് മനുഷ്യവേദിക്കാർ പറയുന്നത്.

ഇന്ന് മനുഷ്യവേദിയുടെ നേതാക്കന്മാരോടൊപ്പം ശാന്തമ്മ പ്രസംഗിക്കും. മുതലാളിമാർ ഫോണിലൂടെ പറഞ്ഞു ചിരിച്ചു.

അങ്ങാടിയിലെ പെണ്ണുങ്ങൾ ശാന്തമ്മ പ്രസംഗിക്കുന്നത് കേൾക്കാൻ വേണ്ടിമാത്രമാണ് കാത്തിരിക്കുന്നത്. നിറഞ്ഞ പരിഹാസത്തോടെയാണവർ കാത്തിരിക്കുന്നത്.

ഒരുമ്പെട്ട പെണ്ണിനെന്തായാലെന്താ! അങ്ങാടിയിലെ പൂക്കാരി ജാനകി അമ്മ പറയുന്നു.

പ്രസംഗിക്ക്മ്മം മൂത്രോഴിച്ച് പോകും. തീർച്ചയാ. കുങ്കിച്ച്യമ്മ പറയുന്നു.

കുങ്കിച്ച്യമ്മ പണ്ട് പ്രസംഗിക്ക്മ്മേം മൂത്രോഴിച്ചോ? കൗസല്യ ചോദിക്കുന്നു.

ചിരിയും പൊട്ടിച്ചിരിയും ജനിക്കുന്നു. എല്ലാവരുടെയും മനസിൽ ശാന്തമ്മയോടൊരു പരിഹാസമുണ്ടായിരുന്നു.

മനഷ്യവേദിക്കാരുടെ നേതാക്കന്മാർ വന്നുകഴിഞ്ഞു. അനുയായികളും നേതാക്കന്മാരും ഒറ്റനോട്ടത്തിൽ ഭ്രാന്തന്മാരെപ്പോലെയുണ്ടായിരുന്നു. അവരിലധികവും താടിക്കാരായിരുന്നു. അവരുടെ വസ്ത്രം മുഷിഞ്ഞതായിരുന്നു. ചിലരുടെ തോളിൽ സഞ്ചിയുമുണ്ട്. വളരെ ശാന്തരായിട്ടാണ് അവർ അങ്ങാടിയിൽ നടക്കുന്നത്. ഓരോരുത്തരും ഓരോ സ്വകാര്യലോകം പോലെ.

യോഗം ആരംഭിച്ചത് ഒരു വിപ്ലവ ഗാനത്തോടുകൂടിയാണ്. ആ ഗാനത്തിനകത്തുനിന്ന് അഗ്നിസ്ഫുലിംഗങ്ങൾ തെറിച്ചുവീഴുന്നുണ്ടായിരുന്നു. പലേടത്തും ആ ഗാനം നെഞ്ചുപൊട്ടിച്ചിതറി.

സ്വാഗതപ്രസംഗകൻ മൈക്കിനുമുമ്പിൽ വന്നുനിന്നപ്പോൾ അങ്ങാടിയുടെ പല ഭാഗങ്ങളിലുമായി ചിന്നിച്ചിതറിക്കിടന്നിരുന്ന ആളുകൾ വേദിക്കു മുമ്പിൽ ഊറിക്കൂടി.

ശാന്തമ്മയെവിടെ, ശാന്തമ്മയെവിടെയെന്നായിരുന്നു എല്ലാവരുടെയും മനസ്സ് ചോദിച്ചുകൊണ്ടിരുന്നത്. പ്രസംഗമാരംഭിച്ചപ്പോൾ ആളുകൾ വിചാരിച്ചു. അവൾ കുറേ കഴിഞ്ഞുവരുമായിരിക്കും. പക്ഷേ, അധ്യക്ഷപ്രസംഗം തുടങ്ങിയിട്ടും അവളെ അവിടെയെങ്ങും കാണാനില്ലായിരുന്നു.

അധ്യക്ഷന്റെ പ്രസംഗത്തിൽനിന്നു തുടക്കത്തിൽത്തന്നെ തീപ്പൊരി ചിതറി. വാക്കുകൾകൊണ്ട് മൈക്കിനുമുമ്പിൽ അയാൾ ശാന്തമ്മയെ സൃഷ്ടിക്കുകയായിരുന്നു. അവളിന്നലെ അനുഭവിച്ച വേദന അഭിനയിച്ചു കാണിച്ചുകൊടുക്കുകയായിരുന്നു. ശാന്തമ്മ എന്ന പാവപ്പെട്ട സ്ത്രീയോടു കാണിച്ച ക്രൂരതയ്ക്ക് മുബാറക്കങ്ങാടിയിലെ റൗഡികളായ ശങ്കരൻകുട്ടി, മാധവൻ, ചാത്തുണ്ണി, വിൻസന്റ്, നാണു എന്നിവരോടു മനുഷ്യവേദി പകരം ചോദിക്കുമെന്ന് അധ്യക്ഷൻ പ്രഖ്യാപിച്ചു.

ശാന്തമ്മ ഉടനെ ഇവിടെ എത്തിച്ചേരുമെന്നും അയാൾ പറഞ്ഞു.

ദൂരെ മാറിനിന്ന് പ്രസംഗം കേട്ടുകൊണ്ടിരിക്കുകയായിരുന്ന മാധവൻ ഞെട്ടിപ്പോയി. മാധവന്റെ ശരീരമാകെ തരിച്ചു. അവന്റെ കാലിന്നടിയിലെ മൺതരികൾപോലും വിറകൊണ്ടു.

മാധവനും ശങ്കരൻകുട്ടിക്കും ചാത്തുണ്ണിക്കും അധ്യക്ഷൻ മുന്നറിയിപ്പു നൽകുന്നു: "മനുഷ്യവേദി നിങ്ങളെ വിടില്ല. നിങ്ങളെ മനുഷ്യവേദി ജനമധ്യത്തിൽ വച്ചു വിസ്തരിച്ച് ശിക്ഷ നൽകും."

പ്രസംഗം കേട്ടുനിൽക്കുന്നവർ അത്ഭുതപ്പെടുകയായിരുന്നു. ശാന്തമ്മയെ ശങ്കരൻകുട്ടി മർദിച്ചതും മാധവനുമായെന്തു ബന്ധം? വിൻസന്റും നാണുവുമായി ഇതിനെന്തുബന്ധം? ഈ താടിക്കാരെന്തൊക്കെയാണ് വിളിച്ചുപറയുന്നത്?

മാധവന്റെ പേര് അധ്യക്ഷൻ ഇടയ്ക്കിടെ പറയുന്നുണ്ടായിരുന്നു. മാധവൻ നിന്നേടത്തുനിന്ന് മെല്ലെ മുന്നോട്ടു നീങ്ങി. ഈ അങ്ങാടിയിൽ വച്ച് മാധവനെയാരും റൗഡി എന്നു വിളിച്ചിട്ടില്ല. ആരെക്കൊണ്ടും വിളിപ്പിക്കുകയുമില്ല. മാധവൻ ഒക്കത്തെ കത്തിയിലൊന്നു കൈവച്ചു. ഈ

കത്തി പുറത്തെടുക്കേണ്ടി വരുമോയെന്നായിരുന്നു അവന്റെ ചിന്ത. മാധവൻ തന്നോടുതന്നെ പറഞ്ഞു. മാധവനിന്ന് റൗഡിയാവും. മാധവനിന്ന് കുത്തിമലർത്തും. ഒരു താടിക്കാരനെ മാധവൻ കുത്തിമലർത്തും. മലർത്തുമെടാ മലർത്തും.

എല്ലാം തീരുമാനിക്കാൻവേണ്ടി മാധവൻ ഇലക്ട്രിക് പോസ്റ്റിനോട് ചാരിനിന്നു.

അപ്പോൾ കേളപ്പൻ മൂപ്പൻ പാട്ടുംപാടിവന്നു. എല്ലാം തികഞ്ഞ പൂരപ്പാട്ടായിരുന്നു പാടിക്കൊണ്ടിരുന്നത്. കിഴവൻ ഏതോ മഹാസുന്ദരിയുടെ അംഗവർണനയിലായിരുന്നു. വേദിയുടെ മുമ്പിലെത്തിയപ്പോൾ കേളപ്പൻ മൂപ്പൻ ഉടുത്ത തുണിയഴിച്ചുതലയിൽക്കെട്ടി. മൂപ്പന്റെ നിൽപ്പ് കണ്ട് ആളുകൾ പൊട്ടിച്ചിരിച്ചു. മുണ്ടുടുക്കാൻ അടുത്തു നിൽക്കുന്നവർ നിർബന്ധിച്ചു. തലയിൽ കെട്ടിയ മുണ്ടെടുത്ത് പിന്നെ പുതച്ചു. പുതച്ചപ്പോൾ തോന്നിയ സുഖംകൊണ്ട് കേളപ്പൻ മൂപ്പൻ ചോദിച്ചു: "നാടക്ണ്ടോടാ മക്കളേ?" ചുറ്റും നിന്നവരുടെ വായിലെ ചിരി മുഴുവനായിങ്ങ് പുറത്തുവന്നു. അമർഷത്തോടെ അധ്യക്ഷൻ പറഞ്ഞു: "റൗഡികൾ കുഴപ്പം അഴിച്ചുവിടാൻ പോകുന്നു. എന്തുവന്നാലും ഞങ്ങൾ നേരിടും."

ആ സമയത്ത് എല്ലാവരെയും അത്ഭുതപ്പെടുത്തിക്കൊണ്ട് തെക്ക് നിന്ന് മൈക്ക് പിടിപ്പിച്ച ഒരുകാറ് കടന്നുവരികയായിരുന്നു. ആ കാറ് പതുക്കെ പ്രസംഗവേദിയുടെ മുമ്പിൽ വന്നുനിന്നു. ആളുകൾ ആ കാറിനടുത്തേക്കോടിക്കൂടി. പ്രസംഗം പൂർവാധികം ശക്തിയോടെ ഒഴുകി.

തെക്കുനിന്നു വന്നെത്തിയ കാറിൽ നിന്നൊരു ശബ്ദം പൊങ്ങി. "പ്രിയപ്പെട്ട നാട്ടുകാരെ, ശാന്തമ്മയാണ് നിങ്ങളോട് സംസാരിക്കുന്നത്. മുബാറക്കങ്ങാടിയിൽവച്ച് ശങ്കരൻകുട്ടി എന്നെ മർദിക്കുകയോ അപമാനിക്കുകയോ ചെയ്തിട്ടില്ല. ശങ്കരൻകുട്ടി എന്ന മനുഷ്യൻ എന്റെ മൂത്ത സഹോദരനെപ്പോലെയാണെനിക്ക്. എന്റെ പേരിൽ നടക്കുന്ന ഈപ്രതിഷേധയോഗം നക്സലൈറ്റുകളുടെ തെണ്ടിത്തരത്തിന്റെ ഭാഗമാണ്. എന്നെ ആരും മർദിച്ചിട്ടില്ല. അഴീക്കൽ കുത്തിപ്പറമ്പത്ത് ശാന്തമ്മയെ മുബാറക്കങ്ങാടിയിൽ വച്ച് ഇന്നലെയാരും മർദിച്ചിട്ടില്ല. മനുഷ്യവേദിക്കാരുടെ ഈ പ്രതിഷേധയോഗം നിങ്ങൾ കലക്കിക്കളയണം. ഇവരെ ചെരിപ്പെടുത്തെറിയുക, ഇവരെ അങ്ങാടിയിൽ നിന്നടിച്ചോടിക്കുക."

ശാന്തമ്മ തന്റെ കൊച്ചുപ്രസംഗം എഴുതിവായിക്കുകയായിരുന്നു. ചാത്തുണ്ണ്യേട്ടനും വേറെ മൂന്നുപേരും കാറിലുണ്ടായിരുന്നു. ശാന്തമ്മ വീണ്ടും പറഞ്ഞു. "മനുഷ്യവേദിക്കാരെന്നു പറയുന്ന ഈ താടിക്കാരെ പിള്ളരെ നിങ്ങൾ കല്ലുകൊണ്ടും ചെരിപ്പുകൊണ്ടുമെറിയുക."

ആവർത്തിച്ചാവർത്തിച്ചുള്ള ശാന്തമ്മയുടെ ആഹ്വാനത്തോടെ ആ കാറ് സ്ഥലം വിടുകയായിരുന്നു. കാറ് വടക്കോട്ടു നീങ്ങിത്തുടങ്ങിയപ്പോൾ ആൾക്കൂട്ടത്തിൽനിന്ന് പഴയ ചെരിപ്പുകളും കല്ലും പ്രസംഗവേദിയിലേക്കു പറന്നുചെന്നു. പക്ഷികൾ കൂട്ടംകൂട്ടമായി പറക്കുന്നതുപോലെയായിരുന്നു ചെരിപ്പുകൾ വേദിയിലേക്കു പോയത്. എങ്ങുനിന്നൊക്കെയോ കല്ലുകളും

പറന്നുവന്നു. പ്രസംഗവേദിയുടെ പിന്നിൽനിന്ന് വടിയേറും വന്നുതുടങ്ങി. ബഹളവും കരച്ചിലും അട്ടഹാസങ്ങളും മുഴങ്ങി. ആളുകൾ എങ്ങോട്ടൊക്കെയോ ഓടുന്നു. പ്രസംഗവേദിയിൽനിന്ന് മൈക്കും കസാലയുമൊക്കെ വലിച്ചെറിയുന്നു. താടിക്കാരുടെ സഞ്ചി പറിച്ചുകീറുന്നു. വേദിയിലും പുറത്തും പരക്കെ അടി. ഏതാനും സമയത്തേക്കു പൊരിഞ്ഞ അടിതന്നെ നീണ്ടുനിന്നു.

മാധവൻ തഞ്ചം നോക്കി നിൽക്കുകയായിരുന്നു. ഒന്നോടിച്ചെല്ലാൻ. അവന് ഒരാളെമാത്രമേ ലക്ഷ്യമുള്ളൂ. തന്നെ റൗഡിയെന്നു വിളിച്ച അധ്യക്ഷനെ അവന്റെ കണ്ണുകൾ തിരയുകയായിരുന്നു. അയാളെ പ്രസംഗവേദിയിൽ കാണാനുണ്ടായിരുന്നില്ല. അവനെ മാത്രം കിട്ടണമെന്ന നിർബന്ധത്തോടെ മാധവൻ മുന്നോട്ടു നീങ്ങുമ്പോൾ രണ്ടു പൊലീസ് വണ്ടികൾ പാഞ്ഞെത്തിക്കഴിഞ്ഞിരുന്നു. പൊലീസുകാർ ചാടിപ്പുറത്തേക്കു തുള്ളുമ്പോൾ മാധവൻ പതുക്കെ തിരിഞ്ഞു പിന്നോട്ടു നടന്നു. ഗോതമ്പു ഗോഡൗണിനടുത്തുകൂടി പച്ചക്കറി മാർക്കറ്റിലേക്കു ഊടുവഴിയിലെ ഇരുട്ടിലേക്കവൻ നീങ്ങി.

പൊലീസ് വന്നിറങ്ങിയതോടുകൂടി അങ്ങാടി ശൂന്യമായിക്കഴിഞ്ഞു. പേടിച്ചരണ്ടുപോയ ആളുകൾ എങ്ങോട്ടെല്ലാമോ ഓടിപ്പോയി. ഓടാൻ കഴിയാത്ത പാവങ്ങൾ ടിപ്പുവിന്റെ കോട്ടയിൽ കയറി ഒളിച്ചു. കുറേപ്പേർ കടപ്പുറത്തേക്കോടി. വീട് അടുത്തുള്ളവർ വീടിനെ ലക്ഷ്യംവച്ചോടി. ഒരു യുദ്ധക്കളത്തിൽനിന്നു തോറ്റോടുന്ന സൈന്യങ്ങളെപ്പോലെയായിരുന്നു ജനങ്ങൾ.

മംഗലാപുരത്തുനിന്നും വിരാജ്പ്പേട്ടയിൽ നിന്നുമൊക്കെ വന്ന ലോറി ഡ്രൈവർമാർ ലാത്തിയുമായി കുതറി വന്ന പൊലീസിന്റെ മുമ്പിൽ കൈകൂപ്പിനിന്നു. പക്ഷേ, പൊലീസ് കണ്ണിൽ കണ്ട ആരെയും വിട്ടില്ല. എങ്ങും നോക്കാതെ ലാത്തി വീശുകയായിരുന്നു. വല്ലാത്തൊരു ഹരം കയറിയപോലെയാണ് പൊലീസ് അങ്ങാടിയിലൂടെ ചവിട്ടിക്കൊരട്ടി നടന്നത്. അടുത്തകാലത്തൊന്നും പൊലീസിന് അങ്ങാടിയിൽ ഇങ്ങനെ ഇറങ്ങേണ്ടിവന്നിട്ടില്ല. അങ്ങാടിയിൽ അടിയും പിടിയും ഉണ്ടാകാറില്ല.

പൂട്ടാത്ത പീടികകളെല്ലാം പൂട്ടിച്ചു. ചുക്കുകാപ്പിക്കാരുടെ കലങ്ങൾ അടിച്ചുപൊളിച്ചു. വഴിവക്കിലെ കച്ചവടക്കാരെയെല്ലാം അടിച്ചോടിച്ചു. അവയിൽ ചിലരുടെ പുറത്ത് ലാത്തി കനത്തോടെ വീഴുകയും ചെയ്തു.

അങ്ങാടിയിലെ വേശ്യകൾ നേരത്തേതന്നെ മുനിസിപ്പൽ കക്കൂസിനകത്ത് അഭയംതേടിയിരുന്നു അരമണിക്കൂർകൊണ്ട് പൊലീസ് അങ്ങാടിയെ വിജനമാക്കി മാറ്റി.

എല്ലാ ഗോഡൗണുകളുടെയും മുമ്പിൽ ഗൂർഖകൾ ശിലാബിംബങ്ങൾപോലെ കാവൽ നിൽക്കുന്നുണ്ടായിരുന്നു. അവരുടെ കൊച്ചുകണ്ണുകൾ വാൾമുനകളായി മാറിയിരുന്നു. അങ്ങാടി അവർക്കൊരു സുദിനം നൽകിയതുപോലെ.

മുതലാളിമാരുടെ കാറുകൾ ഇടയ്ക്കിടെ സെയ്താർ പള്ളി റോഡി

ലൂടെ പാഞ്ഞുപോകുന്നുണ്ടായിരുന്നു. അങ്ങാടിയിൽ വല്ല വിധ കൊള്ളയും നടക്കുമോ എന്ന പേടിയായിരുന്നു അവർക്ക്. അങ്ങാടിയിലെ മുതലാളിമാർ ഉറങ്ങുകയില്ല എന്നു തീരുമാനിച്ച ഒരു രാവായിരുന്നു അത്. അങ്ങാടിയിലൂടെ കടന്നുപോകുന്ന ആ രാവ് ചിറകുമുറിഞ്ഞ ഒരു പക്ഷിയുടെ വേദന അനുഭവിക്കുകയായിരുന്നു. പക്ഷേ, പൊലീസുകാർ ആ രാവിന്റെ നെഞ്ചിലൂടെ നടന്നു സുഖിച്ചു.

ഹെഡ്കോൺസ്റ്റബിൾ മണിയാണിയും കുറെ പൊലീസുകാരും സംഘമായി നിന്ന്, കടന്നുപോകുന്ന എല്ലാ വാഹനങ്ങളും പിടിച്ചുനിറുത്തി പരിശോധിച്ചു. തമിഴ്നാട്ടിലെയും കർണാടകത്തിലെയും ലോറികൾ കടന്നു വന്നപ്പോഴെല്ലാം മണിയാണിയുടെ നാവൊരു കുറ്റിച്ചൂലായി മാറി. മഞ്ചേശ്വരത്തെയും കാസർകോട്ടെയും തെറികൾ താളമിട്ടൊഴുകി.

കുറേ തെറി പുലമ്പിയതിനുശേഷം ഓടിച്ചുപോയിനെടാ പാണ്ടികളേ എന്ന് പറഞ്ഞ് മണിയാണി രസിക്കും. പൊലീസിന്റെ പ്രാചീനമായ ഭാവങ്ങളും മീശയുമാണ് മണിയാണിയുടേത്. ചെറുപ്പക്കാരനായിരുന്നപ്പോൾ കള്ളരിച്ചുകുടിച്ച മീശ വർഷങ്ങളുടെ ചെമ്പിപ്പുമായി ഇപ്പോഴും മണിയാണിയുടെ മുഖത്ത് കനത്തു നിൽക്കുന്നുണ്ട്.

രാത്രി പന്ത്രണ്ടു മണിക്കുശേഷം പതുക്കെ കടന്നുവന്ന ഒരു അംബാസിഡർ ടാക്സിയുടെ മുമ്പിൽ ഹെഡ്കോൺസ്റ്റബിൾ മണിയായി തന്നെ കയറിനിന്നു. കാറ് നിന്നപ്പോൾ കാറിനകത്തേക്കു നോക്കി മണിയാണി രണ്ടുകൈകൊണ്ടും മീശ പിരിച്ചു. മണിയാണി മീശ പിരിച്ചുകൊണ്ടിരിക്കുന്നതിനിടയിൽ ചാത്തുണ്ണ്യേട്ടനും ശങ്കരൻകുട്ടിയും വിൻസന്റും അകലെയുള്ള രണ്ടുമൂന്നു ചെറുപ്പക്കാരും കാറിൽ നിന്നു പുറത്തിറങ്ങി.

ചാത്തുണ്ണ്യേട്ടൻ മണിയാണിക്ക് സലാം വച്ചു. ഇരുപതു വർഷത്തെ സ്നേഹിതന്മാരാണ് ചാത്തുണ്ണ്യേട്ടനും മണിയാണിയും. അവരിരുവരുടെയും മുമ്പിലൂടെ ചാരായത്തിന്റെ ഒരു പുഴതന്നെ ഒഴുകിപ്പോയിട്ടുണ്ട്.

ചാത്തുണ്ണ്യേട്ടന്റെ നാവും കാലും കുഴയുന്നുണ്ടായിരുന്നു. ശങ്കരൻകുട്ടിയുടെ മുമ്പിൽ അങ്ങാടിയും സെയ്താർ പള്ളിറോഡും കറങ്ങുകയായിരുന്നു. ജുമായത്ത് പള്ളിയുടെ മുകളിലെ പാൽവെളിച്ചം അവന്റെ മുമ്പിലേക്കിറങ്ങിവരികയായിരുന്നു. വിൻസെന്റ് പൊലീസുകാരുടെ മുഖത്തു നോക്കി വെറുതെ ചിരിച്ചു. വിൻസെന്റ് എപ്പോഴും ഇങ്ങനെയാണ്. ചാരായം അകത്തായാൽ ചിരിക്കും. ചാരായത്തിന്റെ അളവുകൂടുമ്പോൾ പൊട്ടിച്ചിരിക്കും. അക്കരെനിന്നു വന്ന ചെറുപ്പക്കാർ ബഹുമാനത്തോടെ മാറിനിന്നു.

ചാത്തുണ്ണ്യേട്ടനും മണിയാണിയും മാറിനിന്ന് ഏതോ രഹസ്യ സംഭാഷണത്തിലേർപ്പെട്ടു. പിന്നെ, ചാത്തുണ്ണ്യേട്ടൻ പതുക്കെ കൊക്കികൊക്കി ചെന്ന് കാറിന്റെ ബാക്ക് ഡോർ തുറന്ന് രണ്ട് ഫുൾ ബോട്ടിൽ മാക്ക് ഡോവൽ വിസ്ക്കി പുറത്തെടുത്തു. ഉക്കത്ത് രണ്ടു പിഞ്ചുപൈതങ്ങളെയെന്നപോലെ വിസ്ക്കി കുപ്പികൾ വച്ചുകൊണ്ട് ചാത്തുണ്ണ്യേട്ടൻ ആൽമരത്തിനടുത്തേക്കു നടന്നു. ആൽമരവും പരിസരവും നല്ല ഇരുട്ടിലായിരു

ന്നു. ആ ഇരുട്ടിന്റെ ഏതോ മാളത്തിൽ ചാത്തുണ്ണ്യേട്ടൻ വിസ്ക്കി കുപ്പികൾ ഇറക്കിവച്ചു. എന്നിട്ട്, ഇരുട്ടിലൂടെ ആടിയാടി ചാത്തുണ്ണ്യേട്ടൻ കാറിനടുത്തേക്കു നടന്നുവന്നു. അന്നേരം മണിയാണി അൽപ്പം ചിന്താമഗ്നനായിരുന്നു. മീശയും കൈയുമായി ബന്ധമുണ്ടായിരുന്നില്ല. പൊലീസുകാരെല്ലാം ഒരിടത്തൊതുങ്ങി നിൽക്കുകയായിരുന്നു.

"ചാത്തുണ്ണ്യേ ശാന്തമ്മ എവിടേടോ?" മണിയാണി അത് ചോദിക്കുകയും കോറമുണ്ട് കീറുന്ന ഒച്ചയിൽ പൊട്ടിച്ചിരിക്കുകയുമായിരുന്നു.

പിന്നെ, അവരിരുവരും വീണ്ടും രഹസ്യങ്ങൾ കൈമാറി.

ഒറ്റയ്ക്കൊരിടത്ത് നിൽക്കുകയായിരുന്ന ശങ്കരൻകുട്ടി എരിപൊരി കൊള്ളുകയാണ്. അവന്റെ മനസ്സ് അങ്ങാടിയിലിറങ്ങി അലയുകയാണ്. ശ്മശാനംപോലെ മൂകമായിത്തീർന്ന അങ്ങാടി ശങ്കരൻകുട്ടിയെ വേദനിപ്പിക്കുകയായിരുന്നു. താൻ കാരണമാണല്ലോ അങ്ങാടിയിൽ ഇതെല്ലാം സംഭവിച്ചത് എന്ന കുറ്റബോധം അവനെ പിടികൂടി.

പതിനാറാളുകൾ ബീച്ച് ആശുപത്രിയിൽ കിടക്കുകയാണ്. ശങ്കരൻകുട്ടിക്ക് അവരെ ചെന്നുകണ്ട് ഓരോ ആളോടും മാപ്പ് പറയണമെന്നുണ്ട്.

അവരിൽ എട്ടൊമ്പതുപേർ മനുഷ്യവേദിക്കാരാണ്. അവർ പൊതിരെ അടി വാങ്ങിവച്ചു. അവരെ പൊലീസ് തിരഞ്ഞുപിടിച്ചു മർദിച്ചു.

ശങ്കരൻകുട്ടി ആൽമരത്തിനടുത്തേക്കു നടന്നു. അവന് മേലാകെ വേദനിക്കുന്നുണ്ടായിരുന്നു. ആൽമരച്ചുവട്ടിലെ തരിമണ്ണിൽ കൈയ്ക്ക് തലവച്ച് നീണ്ടുമലർന്നുകിടന്നു. അങ്ങനെ കിടക്കവേ ശങ്കരൻകുട്ടി കരഞ്ഞുപോയി. അവനൊരിക്കലും ഇങ്ങനെ കരഞ്ഞിട്ടില്ല. അവൻ ഓർക്കുകയായിരുന്നു. ഇടിത്തീപോലാണല്ലോ പടച്ചോനെ ഈ സമ്മന്തക്കാര്യം തലേല് വന്ന് വീണത്.

താനാകെ മാറിപ്പോയതുപോലെ ശങ്കരൻകുട്ടിക്ക് തോന്നി, എല്ലാം വിധിയാ, അവൻ വിചാരിച്ചു, ഇനി വെരുന്നത് വെരട്ടെ ആകെ മുങ്ങിയാ ചീതം.

ശങ്കരൻകുട്ടിയുടെ മനസ്സ് എല്ലാവരോടും അമർഷപ്പെട്ടു. തനിക്കാരുമില്ല എന്ന തോന്നലിൽ അവനാണ്ടുകിടന്നു. അവന്റെ പല്ലുകൾ ഞെരിയുകയായിരുന്നു. ആ അമർഷത്തിനിടയിൽ അടികൊണ്ടു പുളയുന്ന ശാന്തമ്മ അവന്റെ മനസിലേക്കു കടന്നുവന്നു. മനസിൽ കിടന്നുപിടയുന്ന അവളെ നോക്കി അവൻ കരഞ്ഞുപോയി.

ഒരാൾക്കു പിറകെ മറ്റൊരാളായി എല്ലാവരും അവന്റെ മനസിലൂടെ കടന്നുപൊയ്ക്കൊണ്ടിരുന്നു. ചിരുതാമ്മ അവന്റെ മുമ്പിൽ നിന്നുകൊണ്ട് കരയുന്നു. മാധവൻ അവനെ കൈമാടി വിളിക്കുന്നു. അപ്പോൾ അവന്റെ ഇടനെഞ്ചുപൊട്ടുകയായിരുന്നു. അവന്റെ കണ്ണുനീർ ധാരധാരയായി ആ മണ്ണിൽ വീണു.

ചാത്തുണ്ണ്യേട്ടൻ പെട്ടെന്ന് കാറിൽ എങ്ങോട്ടോ കടന്നുപോയി. മണിയാണിക്ക് മദ്യം വാങ്ങാനായിരിക്കുമെന്ന് ശങ്കരൻകുട്ടി ഊഹിച്ചു. ഇനി എപ്പഴാ വരുന്നത്?

ശങ്കരൻകുട്ടി മയങ്ങി, ആ മയക്കത്തിൽ നിന്നവൻ ക്രമേണ ഉറക്കത്തിലേക്കു വീണു.

പിന്നെ എപ്പോഴോ ചാത്തുണ്ണ്യേട്ടൻ വന്ന് അവനെ വിളിച്ചു. ഇരുട്ടിലേക്ക് കണ്ണുതുറന്നപ്പോൾ അവനൊന്നും അറിയുന്നുണ്ടായിരുന്നില്ല. ഇരുട്ടൊരു മതിലായി അവന്റെ മുമ്പിൽ നിന്നു.

"ശങ്കരങ്കുട്ട്യേ. വാ പൂവ്വാം." ചാത്തുണ്ണ്യേട്ടൻ അവന്റെ കൈപിടിച്ചെഴുന്നേൽപ്പിച്ചു.

"എങ്ങോട്ടാ പോണ്ണെ?"

"അക്കരെപ്പോണം."

"അക്കരെന്താ?"

"അക്കരെപ്പോയൊരു കാര്യോണ്ട് നിയ്യ് വന്നാ മതി."

ശങ്കരൻകുട്ടിക്ക് എഴുന്നേൽക്കാൻ കഴിയുന്നുണ്ടായിരുന്നില്ല. മരച്ചുവട്ടിൽത്തന്നെ കിടന്ന് തലചായ്ക്കാനാണവന് തോന്നുന്നത്. കണ്ണ് നിറയെ ഉറക്കാണ്. ശരീരം മരിച്ചപോലാണ്. മനസാകെ മുറിഞ്ഞുതറിഞ്ഞുകിടക്കുന്നു.

ശങ്കരൻകുട്ടി മെല്ലെ എഴുന്നേറ്റു. ആടിയാടി നടക്കുന്ന ചാത്തുണ്ണ്യേട്ടന്റെ പിന്നാലെ ചെന്നു. ഹെഡ് കോൺസ്റ്റബിൾ മണിയാണിയുടെയും പൊലീസുകാരുടെയും മുമ്പിലൂടെ ചാത്തുണ്ണ്യേട്ടനും ശങ്കരൻകുട്ടിയും കടന്നുപോയി. ഇരുട്ടുനിറഞ്ഞ ഇടവഴിയിലൂടെ, വയൽവരമ്പിലൂടെ ഐരാണിപ്പാടത്തൂടെ പുഴക്കടവത്തെത്തുന്നതുവരെ അവരൊന്നും സംസാരിച്ചില്ല.

ശങ്കരൻകുട്ടിയോട് കടവത്തു നിൽക്കാൻ പറഞ്ഞിട്ട് ചാത്തുണ്ണ്യേട്ടൻ തോണിക്കാരൻ മമ്മതിനെ വിളിക്കാൻ പോയി.

നട്ടുപാതിരയാണ്. എങ്ങോട്ടാ ഈ ചാത്തുണ്ണ്യേട്ടൻ പോകുന്നതെന്നാലോചിക്കുകയായിരുന്നു ശങ്കരൻകുട്ടി. നല്ലവേദന സഹിച്ചുകൊണ്ടാണ് ചാത്തുണ്ണ്യേട്ടൻ നടക്കുന്നതെന്ന് ശങ്കരൻകുട്ടിക്കറിയാം. രണ്ട് കാലിലും നിറയെ ആണിയുണ്ട്. ചാത്തുണ്ണ്യേട്ടനെന്തിനാ ദൈവമേ ഇങ്ങനെ കഷ്ടപ്പെടുന്നതെന്നാലോചിച്ച് ശങ്കരൻകുട്ടി പരിതാപപ്പെട്ടു.

പുഴയോരത്തെ ആ ഇരുട്ടിൽ ശങ്കരൻകുട്ടി ഒരേ നിൽപ്പ് നിൽക്കുകയാണ്. പോക്കാച്ചിത്തവളകളുടെ കരച്ചിൽ മാത്രം കേൾക്കുന്നുണ്ട്. ആ കരച്ചിൽ ശങ്കരൻകുട്ടിയെ പേടിപ്പിച്ചു. അവൻ മനസിന്റെ എല്ലാ വാതിലുകളും തച്ചടച്ച് കടവത്ത് കൂന്നിരുന്നു. അപ്പോൾ അവനെയാരെങ്കിലും കണ്ടാൽ ഒരു കൂമനാണെന്നേ ധരിക്കുകയുള്ളൂ.

എങ്ങോട്ടുനോക്കിയാലും ഇരുട്ടുതന്നെ. അവന്റെ തലയ്ക്കകത്തും ഇരുട്ടു കയറുകയായിരുന്നു. ചാത്തുണ്ണ്യേട്ടൻ നിർബന്ധിച്ച് കുടിപ്പിച്ചവിസ്കിയുടെ വീര്യം തണുത്തുകഴിഞ്ഞു.

മമ്മതിനെയും കൂട്ടി വരാൻ ചാത്തുണ്ണ്യേട്ടൻ ഏറെ സമയമെടുത്തു. ഒരു ചൂട്ടും മിന്നിച്ചാണവർ വന്നത്. ആ ചൂട്ടിൽ നിന്ന് മമ്മത് തോണിയിലേക്ക് വിളക്ക് കൊളുത്തി. തോണിയുടെ കെട്ടഴിക്കുമ്പോൾ മമ്മത്

എന്തൊക്കെയോ പിറുപിറുക്കുകയായിരുന്നു. നേരം കെട്ട നേരത്ത് ചെന്നു വിളിച്ചത് മമ്മതിന് തീരെ ഇഷ്ടപ്പെട്ടില്ല.

തോണി പുഴയിലിറക്കിയിട്ട് മമ്മത് പറഞ്ഞു: "രണ്ട് കുഞ്ഞുങ്ങൾക്കും പനിയാ. എനക്കും ശുട്ടു പൊള്ളുന്ന പനിയാ."

ചാത്തുണ്ണ്യേട്ടൻ തലതാഴ്ത്തി ഇരിക്കുകയായിരുന്നു. തോണി അടുക്കാറായപ്പോൾ ശങ്കരൻകുട്ടി ചോദിച്ചു: "എവിട്യാ പോണെ?"

ചാത്തുണ്ണ്യേട്ടൻ അത് കേട്ടതായി നടിച്ചില്ല.

എട്ട്

എങ്ങനെയെല്ലാമോ ചിരുതാമ്മ നേരം വെളിപ്പിക്കുകയായിരുന്നു. ഇത്രദീർഘമായ ഒരുരാവ് കിഴവിയുടെ ജീവിതത്തിൽ ഒരിക്കലും ഉണ്ടായിട്ടില്ലെന്നതുപോലെ. കുറുക്കന്മാർ മുറ തെറ്റി ഓരിയിട്ടുകൊണ്ടിരുന്നു. എങ്ങുനിന്നെല്ലാമോ നെടൂളൻകരഞ്ഞിരുന്നു. നെടൂളൻ കരഞ്ഞപ്പോൾ കുഴിയിലേക്കു കാലു നീട്ടി കിടക്കുന്ന പലരും കിഴവിയുടെ മനസിൽ കടന്നുവന്നു.

ഓർമയിലുള്ള ദൈവങ്ങൾക്കെല്ലാം നേർച്ച പറഞ്ഞു. രാത്രി ഒന്നു വെളുത്തു കിട്ടാൻ കിഴക്കുള്ള ആകാശത്തിലേക്കു നോക്കിയാണ് ദൈവങ്ങളെ വിളിച്ചതും നേർച്ച പറഞ്ഞതും.

ആ രാത്രി കിഴവി കറുമുറ പട്ടിണി കിടന്നു. കുടിവെള്ളമിറക്കാൻ കഴിഞ്ഞില്ല. വാതിലടച്ചില്ല. ഇടയ്ക്കിടെ വാതിലിലൂടെ പുറത്തേക്കു നോക്കും. നേരം വെളുക്കുന്നില്ലെന്നു തോന്നുമ്പോൾ പുറത്തിറങ്ങി. പുറത്ത് നായ്ക്കളെങ്ങാൻ ശബ്ദമുണ്ടാക്കുമ്പോൾ മോനേ ശങ്കരൂട്ടിയേ എന്ന് വിളിച്ചു നോക്കും.

അന്ന് രാത്രി മുഴുവനും ആടുകളുടെ നേർക്കും ചിരുതാമ്മ തിരിഞ്ഞു നോക്കിയില്ല. ആടുകൾക്ക് പിണ്ണാക്ക് കലക്കിക്കൊടുക്കാൻപോലും മറന്നുപോയി. നട്ടുപ്പാതിരയ്ക്ക് കുങ്ക്യാട് കരഞ്ഞപ്പോഴും പിണ്ണാക്ക് കൊടുക്കാത്ത കാര്യം ഓർമയിലെത്തിയില്ല.

രാവ് ഓരോ നാഴിക പിന്നിടുമ്പോഴും കിഴവിയുടെ നിലതെറ്റുകയായിരുന്നു. ചിലപ്പോൾ ആകാശം തലയ്ക്കുചറ്റും കറങ്ങി. കൺമുമ്പിലുള്ള മരങ്ങൾ കറുത്ത ചിറകുകളായി വീശി. അന്തരീക്ഷം ഭീകരമായി നിശ്ശബ്ദമായി. കിഴവി രാത്രിയിലെപ്പോഴോ മുറ്റത്തിറങ്ങി അലക്കുകല്ലിന് മേൽ കുത്തിയിരുന്നു. ആ അലക്കുകല്ലിലിരുന്നുകൊണ്ട് ശങ്കരൻകുട്ടിയെ വിളിച്ച്

കരയുകയും പറയുകയും ചെയ്തു. അവനുവേണ്ടി ദൈവങ്ങളായ ദൈവങ്ങളെയെല്ലാം വിളിച്ചു.

അങ്ങാടിയിൽ അടി നടന്ന വിവരം ചിരുതാമ്മ അറിഞ്ഞിട്ടില്ല. ശാന്തമ്മയ്ക്കടികൊണ്ടതറിയാം. അവളുടെ നാവരിഞ്ഞുകളയാൻ ചിരുതാമ്മയ്ക്ക് പൂതിയുണ്ട്. നെറികെട്ട് ജീവിക്കുന്നവളാണ്. കൊല്ലണം അസത്തിനെ. എന്നാലും ശങ്കരൻകുട്ടിയുടെ കൈകൊണ്ടതു വേണ്ടായിരുന്നുവെന്ന് തോന്നി. അവളെ അടിച്ചാൽ ശങ്കരൻകുട്ടിയേ ചീത്തയാവുകയുള്ളൂ എന്ന് ചിരുതാമ്മയ്ക്കറിയാം. രാവിലെ ശങ്കരൻകുട്ടിയും ചിരുതാമ്മയും അതിനെക്കുറിച്ച് സംസാരിച്ചിരുന്നു. അങ്ങാടിയിലാകെ ശാന്തമ്മ അവനെ അഴുക്കാക്കി നടക്കുന്നകാര്യം അവൻ വേദനയോടെ പറഞ്ഞിരുന്നു. അന്നേരം ചിരുതാമ്മ ചോദിച്ചു.

"ഇഞ്ഞ്യെന്നോട് പറഞ്ഞാപ്പോരെ? ഞാനോള മൂത്രച്ചൂല് മുക്കി അടിക്കൂല്ലെ?"

"എനിക്ക് പൊറുക്കാൻ കഴിയാഞ്ഞിറ്റാ." അത് പറയുമ്പോൾ ശങ്കരൻകുട്ടിയുടെ കണ്ണ് നിറഞ്ഞിരുന്നു.

അന്നേരം ചിരുതാമ്മയ്ക്കു തോന്നി. കിട്ടട്ടെ. കെടന്നുപോണം. നൊണയും വെഭിചാരോം തൊയിലാക്കിയ അസത്ത്. ഓളെപ്പോലൊരഞ്ചാറെണ്ണം കൂടി അങ്ങാടീല്ണ്ട്. നാട് കടത്തണം അങ്ങാടീന്നസത്ത്ങ്ങളെ...

കിഴക്ക് വെള്ള കണ്ടപ്പോൾ കിഴവി മുത്തപ്പൻ ദൈവത്തെ വിളിച്ചു. കിഴവി അങ്ങോട്ടുതന്നെ നോക്കി ഇരുന്നു. കനകമലയുടെ നീലനിഴൽ കാണായി.

നേരം നന്നായി വെളുത്തുവെന്നുതോന്നിയപ്പോൾ ചിരുതാമ്മ വാതിലും പൂട്ടി ഇറങ്ങി. ആടുകൾ ചിരുതാമ്മയെ നിർന്നിമേഷരായി നോക്കി നിൽക്കുകയായിരുന്നു. ചിരുതാമ്മ കോണിയിറങ്ങുമ്പോൾ കുങ്ക്യാട് ഒന്നുരണ്ടുതവണ കരയുകയും ചെയ്തു.

"കരയല്ലേ മോളെ, കരേല്ല.. അമ്മ ശങ്കരുട്ട്യേട്ടനെ നോക്കീറ്റ് വെരാ.." എന്ന് കുങ്കിയെ നോക്കിപ്പറഞ്ഞുകൊണ്ട് ചിരുതാമ്മ വേഗം നടന്നു. ചിരുതാമ്മയുടെ മനസിൽ ശങ്കരൻകുട്ടിയുടെ പെങ്ങളാണ് കുങ്കി. കുങ്കിയെ കെട്ടിയത് തച്ചോളി ഒതേനനാണ്. ചിരുതാമ്മ ചോദിച്ചുകൊണ്ടേയിരുന്നു. "കുങ്ക്യേ.. എട്യാ മോളെ ഇന്റാങ്ങള.."

വേഗം നടക്കുകയായിരുന്നു. മകരപ്പുലർച്ചയുടെ തണുപ്പ് ചിരുതാമ്മയുടെ മുമ്പിൽ നിന്നു വഴിമാറിപ്പോകുകയായിരുന്നു. കുറേദൂരം പിന്നിട്ടപ്പോഴാണ് എങ്ങോട്ടാണ് പോകേണ്ടതെന്നാലോചിച്ചത്. അങ്ങാടീത്തന്നെ പോയ്യേക്കാമെന്നായി. അങ്ങാടീലാരും വന്നിറ്റിണ്ടാവുല്ലല്ലോ എന്ന ചിന്ത മനസിലേക്ക് കടന്നുവന്നപ്പോൾ ചിരുതാമ്മയ്ക്ക് പേടി തോന്നി.

വഴിയിൽ കണ്ട മുഖപരിചയമുള്ളവരോടെല്ലാം കിഴവി പറയുകയായിരുന്നു. മോനിന്നലെ വന്നിറ്റില്ല. മോനിങ്ങനൊരിക്കലും വെരാണ്ടായിറ്റില്ല. ഓനെ നോക്കിപ്പൂവ്വാ ഞാം.

അങ്ങാടിയിലെത്തുന്നതിനുമുമ്പുതന്നെ ഇന്നലെ രാത്രി അങ്ങാടിയിൽ നടന്നതെല്ലാം കിഴവി അറിഞ്ഞു. പെട്ടിപ്പീടികയിലെ കിഴവനാണ് വിവരങ്ങളെല്ലാം കിഴവിയുടെ മനസിലേക്കിട്ടുകൊടുത്തത്. ശങ്കരൻകുട്ടിക്കൊന്നും പറ്റിയിട്ടില്ല എന്നും കിഴവൻ ചിരുതാമ്മയോട് പറഞ്ഞിരുന്നു.

പെട്ടിപ്പീടിക പിന്നിടുമ്പോൾ ചിരുതാമ്മയുടെ കാലുകൾ വിറയ്ക്കുകയായിരുന്നു. കാലുകൾ അങ്ങാടിയിലേക്ക് നീളാൻ പാടുപ്പെട്ടു.

പതിനാറാളുകൾ ആശുപത്രിയിലാണെന്നറിഞ്ഞപ്പോൾ കിഴവി വാവിട്ട് നിലവിളിച്ചു. തല മാന്തിപ്പൊള്ളിക്കുന്നതിനിടയിൽ പൂച്ചവാലുപോലുള്ള മുടി അഴിഞ്ഞുപോയി.

മുബാറക്കങ്ങാടിയിൽ കാലെടുത്തുവച്ച കിഴവി ചുറ്റുംനോക്കി. അങ്ങാടിയിൽ അലസമായി നടക്കുന്ന പൊലീസുകാർ ചിരുതാമ്മയുടെ കണ്ണിൽപ്പെട്ടു. ഒപ്പം കണ്ണിലിരുട്ടടിച്ചുകയറി. അങ്ങാടി മരിച്ചുകിടക്കുന്നതുപോലെ കിഴവിക്ക് തോന്നി.

പണിക്കാരാരും വന്നിട്ടില്ല. ചിരുതാമ്മ അവ്വേക്കർ മുതലാളിയുടെ ഓഫീസിന്റെ തിണ്ണയിൽ കയറി ഇരുന്നു. കിഴവി അപ്പോഴും പർശിനി മുത്തപ്പനെ വിളിച്ച് കരയുകയായിരുന്നു. മുത്തപ്പാ... ന്റെ മോനൊന്നും വെര്ത്തര്തേ...

ആറരമണിയോടുകൂടി പണിക്കാർ വന്നു തുടങ്ങി. വന്നവർ വന്നവർ പച്ചക്കറിമാർക്കറ്റിന്റെ മൂലയിൽ കൂടിനിന്നു. വിറക്കുന്ന കാലുകളും ഒലിക്കുന്ന കണ്ണുകളുമായി ചിരുതാമ്മ അങ്ങോട്ടു ചെന്നു. അവരുടെ മുമ്പിലെത്തിയപ്പോൾ ചിരുതാമ്മയ്ക്ക് ഒന്നും സംസാരിക്കാൻ കഴിഞ്ഞില്ല. നാവ് തൊണ്ടയിലേക്ക് താഴ്ന്നുപോയി. ശരീരം വിറച്ചാടി. കണ്ണാകെ ഉരുകിയൊലിച്ചു. എത്ര ശ്രമിച്ചിട്ടും കിഴവിക്ക് നാവെടുക്കാൻ പറ്റുന്നില്ല.

കിഴവി മാർക്കറ്റിന്റെ തിണ്ണയിലിരുന്ന് നെഞ്ചത്തടിക്കാൻ തുടങ്ങിയപ്പോൾ ആരൊക്കെയോ കിഴവിയുടെ അടുത്തേക്കോടിവന്നു. കണ്ണിലിരുട്ട് പൂർണമായും കയറിക്കഴിഞ്ഞിരുന്നു. ആ ഇരുട്ടിൽനിന്നു തന്നെ കിഴവിയുടെ നാവ് പതുക്കെ പൊങ്ങി. "ശങ്കരുട്ട്യേട്യാ മക്കളേ?"

ആരും ഒന്നും പറഞ്ഞില്ല. അവൻ എവിടെയാണെന്ന് അവിടെക്കൂടിയവർക്കാർക്കും അറിഞ്ഞുകൂടായിരുന്നു.

ചാത്തുണ്ണ്യേട്ടനും ശങ്കരൻകുട്ടിയും അങ്ങാടിയിൽ ഒരു രഹസ്യമായി മാറിക്കഴിഞ്ഞിരുന്നു.

"ന്റ മോനേട്യാ മക്കളേ?" കിഴവി ആവർത്തിച്ചാവർത്തിച്ചു ചോദിച്ചു. അപ്പോൾ ആരോ കിഴവിയോട് പറഞ്ഞു. "ശങ്കരൻകുട്ടി ഇവിട്യേടോണ്ട്. ഓനൊന്നും പറ്റീറ്റില്ല." "ഓനെടപ്പോയിന്ന് പറമക്കളേ..." എന്നായി കിഴവി. എല്ലാവരും എന്തോ ഒളിച്ചുവയ്ക്കുന്നതുപോലെയാണ് കിഴവിക്ക് തോന്നുന്നത്.

അപ്പോൾ കൗസല്യയും നാലഞ്ചു സ്ത്രീകളും അങ്ങാടിയിലേക്ക് വന്നു. അതിനിടയിൽ ആരോ ചിരുതാമ്മയ്ക്ക് ചായ വാങ്ങിക്കൊണ്ടു വന്നി

രുന്നു. ചായ കൈയിലെടുത്തപ്പോൾ കിഴവിയുടെ കൈ ഊഞ്ഞാലു പോലെ ആടി. ആദ്യത്തെ രണ്ട് കവിളിനുശേഷം വയ്യാഞ്ഞിട്ട് ചിരുതാമ്മ ചായ ഗ്ലാസ് താഴെ വച്ചു. പിന്നെ എല്ലാവരെയും നോക്കിക്കൊണ്ട് പറഞ്ഞു. “എറങ്ങ്ന്നില്ല മക്കളേ, എനക്കെറങ്ങ്ന്നില്ല.'

കിഴവി വീണ്ടും നെഞ്ചത്തടിച്ച് പൊട്ടിക്കരയുകയായിരുന്നു.

കരഞ്ഞുകൊണ്ടേ ചിരുതാമ്മ പതുക്കെ എഴുന്നേറ്റു നടക്കുമ്പോൾ ഇടത്തോട്ടും വലത്തോട്ടും പാളിപ്പോയി. റോഡിൽ കയറിനേരെ തെക്കോട്ടു നടന്നു. കടന്നുപോകുന്നവരിൽ ചിലർ കിഴവിയെ നോക്കുന്നുണ്ടായിരുന്നു. പക്ഷേ, അവരാരും ഒന്നും ചോദിച്ചില്ല.

നടന്നുനടന്ന് കിഴവി മുനിസിപ്പൽ ഓഫീസ് വരെയെത്തി. പിന്നെ തീരെ നടക്കാൻ കഴിഞ്ഞില്ല. ഓഫീസിന്റെ തിണ്ണയിൽ കയറിക്കിടന്നു. വെക്കവെയിൽ അറച്ചറച്ചെത്തുന്നുണ്ടായിരുന്നു. ആ വെയിൽ വീഴുന്നേടത്തുതന്നെയാണ് ചിരുതാമ്മ കിടന്നത്. എന്നാൽ, മേല് വെയില് വീഴുന്നതൊന്നും ചിരുതാമ്മ അറിയുന്നുണ്ടായിരുന്നില്ല. ഉള്ളിലാകെ തീ ആളിക്കത്തുകയായിരുന്നു. ചിതയിൽ നിന്നെന്നപോലെ ആ തീ പൊങ്ങുകയായിരുന്നു.

ചിരുതാമ്മ തിണ്ണയിൽ തലയിട്ടടിച്ചു കരഞ്ഞു. ആളുകൾ ഓരോന്നോരോന്നായി ആ തിണ്ണയിലേക്ക് വന്നു. ഏറെനേരം കഴിയുന്നതിനുമുമ്പുതന്നെ അതൊരു വലിയ ആൾക്കൂട്ടമായി മാറി. ആ ആൾക്കൂട്ടത്തിൽ മൂലപ്പറമ്പത്ത് രാമൻ വൈദ്യരുമുണ്ടായിരുന്നു. രാമൻ വൈദ്യർ മുന്നോട്ട് വന്ന് കിഴവിയെ തിരിച്ചറിയുമ്പോൾ കിഴവി ബോധംകെട്ടുകഴിഞ്ഞിരുന്നു.

അങ്ങാടിയിലെ വിവരങ്ങളറിയാൻ രാമൻ വൈദ്യരും പുലർച്ചെ പുറപ്പെട്ടതാണ്. ഇത്രനേരം അങ്ങാടിയിൽ അങ്ങോളമിങ്ങോളം നടന്നിട്ടും രാമൻ വൈദ്യർക്ക് ഒരുവിവരവും കിട്ടിയില്ല.

രാമൻ വൈദ്യർ ഓടിച്ചെന്ന് ഒരു ടാക്സി വിളിച്ചുകൊണ്ടുവന്നു. ചിരുതാമ്മയെ കാറിൽക്കയറ്റി ആ ടാക്സി സെയ്താർ പള്ളി റോഡിലേക്ക് കയറി. ടാക്സി പത്തിരുപതുവാര നീങ്ങിയപ്പോൾ ഒരാൾ ഇടതുവശത്തു നിന്ന് കൈകാണിച്ചു. അത് നാരായണൻ മാഷായിരുന്നു.

ഒൻപത്

രാമൻ വൈദ്യർ വെടിയേറ്റു വീണ നരിയെപ്പോലെ ചാരുകസാലയിൽ മലർന്നുകിടക്കുകയായിരുന്നു. മണിക്കൂറുകളായി ഇങ്ങനെ കിടക്കാൻ തുടങ്ങിയിട്ട്. ഉച്ചയ്ക്ക് ചോറുതിന്നാൻ ഭാര്യവന്നു വിളിച്ചപ്പോൾ അവരെ അകത്തേക്ക് ആട്ടിപ്പായിക്കുകയായിരുന്നു. അപ്പോൾ സൂര്യൻ പുരയ്ക്കുമുകളിലേ എത്തിയിരുന്നുള്ളൂ. വീണ്ടുമെത്രയോ തവണ ഭാര്യ ചോറുതിന്നാൻ അപേക്ഷിച്ചുകൊണ്ട് വാതിലിനു മറവിൽ വന്നുനിന്നിരുന്നു. അപ്പോഴും വൈദ്യർ അവരെ ആട്ടിപ്പായിക്കുകയാണ് ചെയ്തത്. വൈദ്യരുടെ ഒരാട്ടു ഒരു കതിനപോലെയാണ്. ആ ആട്ടിൽനിന്ന് തീയും പാറിവീഴും.

വൈദ്യരുടെ മനസ്സ് ഒരു തീക്കളമായി മാറിക്കഴിഞ്ഞിരുന്നു. കൊടുവാളെടുത്ത് എല്ലാവരുടെയും തല വെട്ടിക്കളയാനാണ് വൈദ്യർക്ക് തോന്നുന്നത്.

ആദ്യം സുമതിയുടെ തലവെട്ടണം. പിന്നെ ഭാര്യയുടെ തലവെട്ടണം. അവസാനം തന്റെ സ്വന്തം തലയും വെട്ടിക്കളയണം.

രാമൻവൈദ്യരുടെ കുടുംബത്തിൽ സ്വന്തം തലവെട്ടി കിണറ്റിലിട്ട ഒരുവലിയമ്മാവൻ ഉണ്ടായിരുന്നു. ആ വലിയമ്മാവനെക്കുറിച്ച് രാമൻവൈദ്യർക്ക് വലിയ മതിപ്പാണ്. പിഴച്ചുപോയ ഭാര്യയെ ആ വലിയമ്മാവൻ ഒരുപാഠം പഠിപ്പിക്കുകയായിരുന്നു.

വൈദ്യരുടെ മനസിൽ ലക്കുംലഗാനുമില്ലാതെ ഓരോ ചിന്തകൾ കടന്നുവരികയായിരുന്നു. ഈ അസത്ത് പിറന്നപ്പോഴാണ് തറവാട് മുടിയാൻ തുടങ്ങിയത്. ഇനി എല്ലാം ഇവളോടുകൂടി തീരുകയും ചെയ്യും.

ഇടയ്ക്കിടെ വൈദ്യർ പിറുപിറുക്കുന്നുണ്ട്. പക്ഷേ, അതാരും കേൾക്കുന്നുണ്ടായിരുന്നില്ല. എല്ലാവരും വൈദ്യരെ പേടിച്ച് അകത്ത് മാറി

നിൽക്കുകയായിരുന്നു. രാവിലെ രണ്ടുമൂന്നു തവണ വൈദ്യരുടെ നില തെറ്റുന്നത് എല്ലാവരും കണ്ടതാണ്. കഴിഞ്ഞ മൂന്നുദിവസമായി വൈദ്യർക്ക് തീരെ ഉറക്കമില്ല. വൈദ്യർ രാത്രി മുഴുവനും പിച്ചുംപേയും പറയുകയാണ്.

ആ വീട് ഒരു നരകമായി മാറിക്കഴിഞ്ഞിരുന്നു. വരാനിരിക്കുന്ന ഏതെല്ലാമോ ദുരന്തങ്ങൾക്കുവേണ്ടി ആ വീട് ഒരുങ്ങിക്കൊണ്ടിരിക്കുന്നതുപോലെ. നിറഞ്ഞ കണ്ണുകളോടെയാണ് അമ്മ അടുപ്പിൽ തീപോലുമൂതുന്നത്. സുമതി സദാ അടുക്കളക്കോലായിൽ ആഴിപ്പുഴയിലേക്കു നോക്കി ഇരിക്കുന്നു.

രാമൻ വൈദ്യർ ഉമ്മറത്തെ കസാലയിൽ തന്നെ മുഴുവനായി ചായ്ച്ചുവച്ചിരിക്കുകയാണ്. ഒരു മൃതദേഹത്തെ ചായ്ച്ചുകിടത്തിയതുപോലെ. ആ കസാലയിൽ നിന്നുനിവരുമ്പോൾ ആരെയെല്ലാമോ തേടി ഓടുന്ന ഒരു കത്തിയെപ്പോലെയാണ് വൈദ്യർ. താൻ എന്തിനിനി ജീവിക്കുന്നു എന്ന തോന്നലും വൈദ്യരെ പിടികൂടിയിരിക്കുകയാണ്.

ശങ്കരൻകുട്ടിയും സുമതിയുമായുള്ള സമ്മന്തം നിശ്ചയിച്ചതുമുതൽ വൈദ്യർ വീട്ടിലും നാട്ടിലും ഒറ്റപ്പെട്ടുപോയിരിക്കുന്നു. ബന്ധുക്കളിൽ പലരും വൈദ്യരുടെ മുഖത്തു നോക്കി കുറ്റപ്പെടുത്തുകയുമുണ്ടായി. അവരൊക്കെ വിചാരിക്കുന്നത് വൈദ്യർക്ക് വട്ടുപിടിച്ചുപോയെന്നാണ്. ചിലർ അദ്ദേഹത്തെ മുഖത്തുനോക്കി ദുഷ്ടാ എന്നു വിളിച്ചു. അവരോടൊക്കെ വൈദ്യർ പറയുകയായിരുന്നു. എന്താ കൊഴപ്പം. ആരോഗ്യമുള്ള ഒരാണാണവൻ. ഈ കുടുംബത്തിലിങ്ങനൊരുത്തൻ കേറി വെരട്ടെ. അവന്റെ വെയർപ്പീന്ന് വേണം ഇനിത്തറവാട് തൊഴുത്തു വരാൻ. വിയർപ്പ് വീഴാഞ്ഞിട്ടാ ഇത്തറവാട് കരിഞ്ഞുപോയത്. അല്ലേലും എന്നോടാര് ചോദിക്കാനാ. എന്റെ മോളെ എനിക്കിഷ്ടോള്ളോന്റെ കൂടെ ഞാനയക്കും.

ബന്ധുക്കളിൽ ചിലരുമായി ഇതിനെക്കുറിച്ച് സംസാരിച്ചപ്പോൾ വൈദ്യർ പൊട്ടിത്തെറിച്ചു. അവരോടൊക്കെ പോയിനെടാ, എന്റെ കാര്യം ഞാൻ നോക്കിക്കോളാമെന്ന് വൈദ്യർ തീർത്തുപറഞ്ഞു. നാട്ടുകാരെ തിർത്താലെന്താ. ഇത് നാട്ടുകാരുടെ കാര്യമാണോ? മൂലപ്പറമ്പത്തെ രാമന്റെ മോളെ രാമനിഷ്ടമുള്ള ഒരുചെക്കന് സമ്മന്തം കഴിച്ചുകൊടുക്കുന്നു. അതിന്ന് നാട്ടുകാർക്കെന്താ?

മറ്റുള്ളവരുടെ എതിർപ്പുകളെ വൈദ്യരൊരിക്കലും മാനിക്കാറില്ല. ഇത്തരം എതിർപ്പുകൾ വൈദ്യർക്ക് ഉള്ളിലൊരു രസവുമാണ്. സ്വന്തം വാശിയുടെ വിജയമാണ് വൈദ്യരെപ്പോഴും തന്റെ വിജയമായി കരുതുന്നത്. പക്ഷേ, വൈദ്യരെ ഇപ്പോൾ തകർത്തുകളഞ്ഞത് സുമതിയാണ്.

നാലുദിവസം മുമ്പാണത് സംഭവിച്ചത്. വൈദ്യർ ഉച്ചയൂണ് കഴിഞ്ഞ് ഉമ്മറത്തെ കസാലയിൽ കിടക്കുകയായിരുന്നു. ഓർക്കാപ്പുറത്തൊരിടിയേൽക്കുമ്പോലെയായിരുന്നു അപ്പോൾ സുമതിയുടെ പുറത്തേക്കുള്ള വരവ്. അവൾ വന്ന് തൂണ് മറഞ്ഞ് നിന്നു. കുറേ നേരത്തേക്ക് അവൾ ഒന്നും മിണ്ടിയില്ല. വൈദ്യർ അവളെ മിഴിച്ചു നോക്കുകയായിരുന്നു.

അവൾക്കെന്തോ പറയാനുണ്ടെന്നു തോന്നിയപ്പോൾ വൈദ്യർ ചോദിച്ചു. "എന്താടീ വന്ന കാലേലേ ബിംബംപോലെ നിൽക്കുന്നേ?"

സുമതി പൊട്ടിക്കരയുകയായിരുന്നു. തനിക്ക് ഏറ്റവും പ്രിയപ്പെട്ട ഒരാളുടെ മൃതശരീരത്തിനു മുമ്പിലെന്നപോലെ അവളുടെ കരച്ചിൽ ഉയരുകയായിരുന്നു. അവളൊരിക്കലും അങ്ങനെ കരയുന്നത് വൈദ്യർ കേട്ടിട്ടില്ല. കരച്ചിലിന്റെ മൂർധന്യത്തിലൊരിടത്തുവച്ച് അവൾ പറഞ്ഞു: "അച്ഛാ, ഞാനീപ്പൊഴേത്തുള്ളി മരിച്ചുകളയും."

അത്രയേ ഉള്ളു എന്ന ഭാവത്തിൽ വൈദ്യർ ഒന്നു മൃഗീയമായി ചിരിച്ചു. പിന്നെ, വൈദ്യർ കസാലയിൽനിന്ന് പാഞ്ഞെഴുന്നേറ്റ് കോലായിലൂടെ രണ്ടുമൂന്ന് ചാല് അങ്ങോട്ടുമിങ്ങോട്ടും നടന്നു. വൈദ്യരുടെ നാലോ അഞ്ചോ കാൽവയ്പ്പുകൾ കൊണ്ടുതന്നെ ആ നീണ്ട കോലായി അവസാനിക്കുകയായിരുന്നു.

വലതുകൈ കൂട്ടിപ്പിടിച്ച് മേശപ്പുറത്തിടിച്ചുകൊണ്ട് വൈദ്യർ പറഞ്ഞു. "മരിക്കെടീ.. മരിക്ക്.. എന്റെ കണ്ണിന് മുമ്പിലൂടെ പോയി മരിക്ക്. നീ ഇപ്പൊഴേക്കൂടി ഒലിച്ചുപോകുന്നത് മൂലപ്പറമ്പത്തെ രാമൻ നോക്കി നിൽക്കും. നിനക്ക് ചാവാൻ വയ്യേങ്കിലെന്നോട് പറ. ഞാനങ്ങ് കൊന്ന് തെരാ. അസത്തേ പോ അകത്ത്. എന്റെ മുമ്പിൽ നിന്നെ കാണരുത്."

സുമതി അകത്തേക്കു പോകാൻ തുടങ്ങുമ്പോൾ രാമൻ വൈദ്യർ വീണ്ടും പറഞ്ഞു: "രാമനെ ഇതുവരെ ആരും തോൽപ്പിച്ചിട്ടില്ലെടീ. നിനക്ക് വേണേല് തോൽപ്പിച്ചുകള. രാമനങ്ങ് പോകാനായി."

ആ സമയം മുതൽ രാമൻ വൈദ്യർ വീട്ടിൽ നിന്ന് കുടിവെള്ളമിറക്കിയിട്ടില്ല. രാത്രിയിൽ ഉറങ്ങുന്നതും പുറത്ത് പുല്ലുപായിട്ടാണ്. പടിഞ്ഞാറ്റമുറിയിലെ പത്തായക്കട്ടിലിൽ വിരിച്ച കിടക്കയിൽ കിടന്നാലേ, വൈദ്യർക്കുറക്കം വരാറുണ്ടായിരുന്നുള്ളൂ. ലക്ഷ്മി അമ്മയെ കല്യാണം കഴിച്ചതുമുതൽ രാമൻ വൈദ്യർ ആ പത്തായക്കട്ടിലിലാണുറങ്ങുന്നത്. എന്നാൽ നാലുദിവസമായി രാമൻ വൈദ്യർ അകത്ത് കേറുന്നേയില്ല. വസ്ത്രം മാറുന്നുപോലുമില്ല. കിണറ്റിൻകരയിൽ ചെന്ന് സ്വന്തമായി വെള്ളം കോരിക്കുളിക്കുന്നു. ആർക്കും രാമൻവൈദ്യരുടെ അടുത്തു ചെല്ലാൻ കഴിയുന്നില്ല. മൂലപ്പറമ്പത്തെ മുമ്പിലെ വാതിൽ പൂട്ടാറുമില്ല.

അങ്ങാടിയിലെ കുഴപ്പങ്ങൾ രാമൻവൈദ്യരെ വീണ്ടും ഉലയ്ക്കുകയാണ്. മനസിന് നിൽക്കപ്പൊറുതിയേ ഇല്ല. കത്തുകയാണ് മനസാകെ. അങ്ങാടിയിലെന്തൊക്കെയോ പ്രചരിക്കുന്നുണ്ട്. മൂലപ്പറമ്പത്തെ മാനത്തിന്മേലാണ് തീ വീഴുന്നത്.

ശങ്കരൻകുട്ടിയെക്കുറിച്ചോർക്കുമ്പോൾ രാമൻവൈദ്യർക്ക് പാവം തോന്നുന്നു. അവന്റ ഉള്ളിലെ ചെറുപ്പക്കാരനെ വൈദ്യർക്ക് വളരെയേറെ ഇഷ്ടമായിക്കഴിഞ്ഞു. എന്നിട്ടും തകിടം മറിയുകയാണ്. ഏതൊക്കെയോ പൂർവിക ശാപങ്ങൾ വന്ന് കഴുത്തിനു പിടിക്കുന്നു. കുടുംബത്തിൽ പാപം ചെയ്ത കാരണവന്മാരെക്കുറിച്ച് രാമൻ വൈദ്യരോർക്കുകയായിരുന്നു.

മൂലപ്പറമ്പത്ത് കൊല്ലും കൊലയും നടത്തിയ കാരണവന്മാരുണ്ടായിരുന്നുവെന്നു പറഞ്ഞുകേട്ടിട്ടുണ്ട്.

രാമൻവൈദ്യരുടെ മനസിന്റെ തീക്കളം ഭൂതകാലത്തെ അജ്ഞാതമായ പാപങ്ങൾ തേടി അലയുമ്പോൾ മുറ്റത്തെ തുളസിത്തറയുടെ മുമ്പിൽ നിന്നുകൊണ്ട് ചാത്തുണ്ണ്യേട്ടൻ ചിരിക്കുന്നു. ആ ചിരിയുടെ മുമ്പിൽ വൈദ്യർ ആശ്വാസത്തോടെ എഴുന്നേറ്റു.

ചാത്തുണ്ണ്യേട്ടൻ നന്നെ ക്ഷീണിതനായിരുന്നു. ദിവസങ്ങളോളം പട്ടിണികിടന്ന ഒരാളെപ്പോലെ. പട്ട വേണ്ടുവോളം കുടിച്ചുവെങ്കിലും രണ്ടുദിവസമായി പട്ടിണി തന്നെയായിരുന്നു.

ആണിപ്പുണ്ണിന്റെ വേദന കടിച്ചമർത്തിക്കൊണ്ട് ചാത്തുണ്ണ്യേട്ടൻ പതുക്കെപ്പതുക്കെ നടന്ന് വൈദ്യരുടെ അടുത്തുവന്ന് ഇരുത്തിയിൽ ഇരുപ്പായി. മൂന്നുദിവസത്തിനുശേഷം ആദ്യമായി വൈദ്യർ ചെറുങ്ങനെ ഒന്നു ചിരിക്കാൻ ശ്രമിച്ചു.

തനിക്കൊന്നും സംഭവിച്ചിട്ടില്ല എന്ന ഭാവത്തിൽ തന്നെയാണ് ചാത്തുണ്ണ്യേട്ടന്റെ ഇരിപ്പ്. മുബാറക്കങ്ങാടിയിൽ തന്നെ ആർക്കും ഒന്നും ചെയ്യാൻ കഴിയില്ല. എന്ന വിശ്വാസം എപ്പോഴും ചാത്തുണ്ണ്യേട്ടനോടൊപ്പമുണ്ട്. ഇറങ്ങിയ എല്ലാ കാര്യങ്ങളും ചാത്തുണ്ണ്യേട്ടൻ വിജയിപ്പിച്ചിട്ടേയുള്ളൂ. ഇപ്പോൾ ചാത്തുണ്ണ്യേട്ടൻ ഇറങ്ങിയിരിക്കുന്നത് ശങ്കരൻകുട്ടിക്കുവേണ്ടിയാണ്: ശങ്കരൻകുട്ടിക്ക് ജീവിതം നൽകിയത് ചാത്തുണ്ണ്യേട്ടനാണ്. ചാവുന്നതുവരെ അവനോടൊപ്പമുണ്ടാവും.

ചാത്തുണ്ണ്യേട്ടൻ ഒരിക്കലും തോറ്റിട്ടില്ല. തന്നെ തോൽപ്പിക്കാനൊരുത്തൻ അങ്ങാടിയിലിന്നേവരെ ജനിച്ചിട്ടില്ലെന്ന് ചാത്തുണ്ണ്യേട്ടൻ വിശ്വസിക്കുന്നു.

"വെറുതെ ഒരുദെവസം മാറിനിന്നതാ ഞാനും ശങ്കരങ്കുട്ടീം. വല്ല അറസ്റ്റോ മറ്റോ ഉണ്ടെങ്കിലോന്ന് വിചാരിച്ച്. അറസ്റ്റൊന്നൂല്ല. താടിക്കാരാരോ പിടിച്ചോണ്ടു പോയി." ചാത്തുണ്ണ്യേട്ടൻ തോളത്തെ ചെട്ട്യാംമുണ്ടെടുത്തു വീശുകയായിരുന്നു ഇതെല്ലാം പറയുമ്പോൾ. വെറുതേ ഒരുഷ്ണക്കാറ്റാ വീശിയെന്നമട്ടിൽ.

പിന്നെ ചാത്തുണ്ണ്യേട്ടൻ വാതോരാതെ സംസാരിക്കുകയായിരുന്നു. അങ്ങാടിയിൽ നടന്നതെല്ലാം വിവരിക്കുകയായിരുന്നു. അതിനിടയിൽ വൈദ്യർചോദിച്ചു. "ശങ്കരങ്കുട്ടീ എവിട്യാ ചാത്തുണ്ണ്യേ?"

"ഞങ്ങള് രണ്ടാളും ഒരുത്തേത്തന്ന്യായിരുന്നു. നമ്മളെ നാണ്വായരവീട്ടിലാ ഞങ്ങളൊളിച്ചത്. നക്സലൈറ്റുകളുടെ ഒരു ജൂൽമും ഇനി മുബാറക്കങ്ങാടീല്ണ്ടാവൂല്ല. ചാത്തുണ്ണിക്ക് മനസിലാവാത്തത് ഇവരും കമ്യൂണിസ്റ്റന്ന് പറേന്നതാ." അപ്പോൾ ചാത്തുണ്ണ്യേട്ടൻ മനസിനകത്തും പുറത്തും പൊട്ടിച്ചിരിക്കുകയായിരുന്നു. ആ ചിരിയുടെ ക്ഷീണിച്ച ഒച്ച വീടിനകത്ത് കേൾക്കാമായിരുന്നു.

ചാത്തുണ്ണ്യേട്ടൻ ഒന്നുരണ്ടുതവണ അകത്തേക്കു നോക്കി സുമത്യേ എന്നു വിളിച്ചിരുന്നു. കുടിക്കണം. എന്തെങ്കിലും കുടിക്കണം. ഒരുകിണറ് വറ്റിക്കാനുള്ള ദാഹമുണ്ട്.

സുമതിയോ ലക്ഷ്മിഅമ്മയോ ചാത്തുണ്ണ്യേട്ടന്റെ വിളികേൾക്കുന്നുണ്ടായിരുന്നില്ല. ലക്ഷ്മിഅമ്മ അടുക്കളയിലെന്തോ ചെയ്യുകയായിരുന്നു. സുമതി അടുക്കളക്കോലായിയിൽ കമഴ്ത്തിയിട്ട ഉരലിന്മേൽ ഇരിക്കുകയായിരുന്നു. പുഴക്കരയിലെ ഇരട്ടത്തെങ്ങിന്റെ ദിശയിലായിരുന്നു അവളുടെ കണ്ണുകൾ. അവൾ നിത്യവും സന്ധ്യമയങ്ങും മുമ്പേ കുളിക്കാൻ പോകുന്നത് ആ ഇരട്ടത്തെങ്ങിനടുത്താണ്. ആ തെങ്ങിനടുത്തുള്ള നുച്ചിൽക്കാട്ടിലാണ് മോഹനൻ അവളെ കാണാൻ വന്നു നിൽക്കാറ്.

ഇനിയങ്ങോട്ടുള്ള ജീവിതത്തിന്മേലുള്ള തീരുമാനങ്ങളുമായി മോഹനൻ ഇന്നുവരും. അവളുടെ മനസ്സ് ആ നുച്ചിൽക്കാട്ടിലേക്ക് പാറിപ്പോവുകയായിരുന്നു പുഴവക്കത്തൂടെ മോഹനന്റെ കയ്യും പിടിച്ച് നടന്നുപോകുന്നതവൾ മനസിൽ കാണുകയായിരുന്നു.

പത്ത്

ശങ്കരൻകുട്ടിയെയും ചാത്തുണ്ണ്യേട്ടനെയും അറസ്റ്റ് ചെയ്യുമെന്നാണ് അങ്ങാടിയിലെല്ലാവരും വിചാരിച്ചത്. എന്നാൽ, അങ്ങാടിയിലെ തൊഴിലാളികളുടെ നേർക്ക് പൊലീസ് വന്നതേയില്ല. പൊലീസിനാവശ്യം മനുഷ്യവേദിക്കാരെയായിരുന്നു. അവരിൽ കുറേപ്പേരെ അകത്താക്കി അടികൊടുക്കാൻ കഴിഞ്ഞതിൽ പൊലീസുകാർക്ക് വലിയ സംതൃപ്തിയുണ്ട്. താടിയും മുടിയും നീട്ടി നടക്കുന്ന മനുഷ്യവേദിക്കാരെ ഒതുക്കാനുള്ള ഒരവസരം പൊലീസ് പാഴാക്കാറില്ല. പട്ടണത്തിലെ ഡോക്ടർമാർക്കും മുബാറക്കങ്ങാടിയിലെ മുതലാളിമാർക്കുമൊക്കെ ഇഷ്ടമുള്ള ഒരു കാര്യമാണത്. കഴിഞ്ഞ ഒന്നൊന്നര വർഷമായി അവർ പട്ടണത്തിലെ പണക്കാരുടെ നേരെ ഭീഷണി ഉയർത്തുകയാണ്. അഴിമതിക്കാരായ ഉദ്യോഗസ്ഥന്മാരെയും ഡോക്ടർമാരെയും ജനമധ്യത്തിൽ വച്ച് വിചാരണ ചെയ്യുമെന്ന് മനുഷ്യവേദിക്കാർ പട്ടണത്തിലാകെ പറഞ്ഞുനടക്കുകയായിരുന്നു. അടുത്തുള്ള മറ്റൊരു പട്ടണത്തിൽ ഇത്തരത്തിലൊരു വിചാരണ ഏതാനും മാസങ്ങൾക്കുമുമ്പ് നടന്നിരുന്നു. പൊലീസിലും നിയമത്തിലും ഭരണത്തിലുമൊന്നും വിശ്വസിക്കാത്ത ഇവരെ പണക്കാർ ഭീകരന്മാരായിട്ടാണ് കരുതുന്നത്. പൊലീസിനു വല്ലാത്തൊരു തലവേദനയായിത്തീർന്നിരിക്കുകയായിരുന്നു ഈ ചെറുപ്പക്കാർ.

അറാം പെറന്ന പന്നികളെന്നാണ് മനുഷ്യവേദിക്കാരെ മുബാറക്കങ്ങാടിയിലെ മുതലാളിമാർ വിളിക്കുന്നത്. ആ പന്നികളുടെ ശല്യം തീർന്നുവെന്ന വിശ്വാസത്തിലാണവരിപ്പോൾ. അതിലവർക്ക് നന്ദിയുണ്ട് ചാത്തുണ്ണ്യേട്ടനോടും ശങ്കരൻകുട്ടിയോടും. അവരെ മുതലാളിമാരിൽ പലരും പ്രശംസിക്കുകയുണ്ടായി. പക്ഷേ, ശങ്കരൻകുട്ടിക്ക് അതിലൊന്നും സന്തോഷമില്ല. തനിക്കിത് ദുർവിധിയുടെ കാലമാണെന്നവനറിയാം. തന്റെ

ജീവിതം ഇവിടെ വച്ച് എങ്ങനെയെല്ലാമോ കുഴഞ്ഞുപോവുകയാണെന്ന തോന്നലാണവന്. അങ്ങാടിയിൽ അവന് ശരിക്കും തല നിവർത്താൻ കഴിയുന്നില്ല. എല്ലാവരും പുച്ഛത്തോടെയാണ് തന്നെ കാണുന്നതെന്ന് അവന് തോന്നുന്നു. കുടികുടുംബങ്ങളില്ലാത്തവനായിരുന്നെങ്കിലും ശങ്കരൻകുട്ടിക്ക് പൊന്നുപോലെത്തെ ഒരു മനുഷ്യനെന്ന പേരുണ്ടായിരുന്നു. എന്നാൽ അങ്ങാടിയുടെ മുമ്പിൽ താനൊരു ചീത്തമനുഷ്യനായിത്തീർന്നിരിക്കുന്നുവെന്ന് ശങ്കരൻകുട്ടിക്കിപ്പോൾ തോന്നിത്തുടങ്ങിയിരിക്കുന്നു.

രാവിലെ ആറുമണിക്കുതന്നെ ശങ്കരൻകുട്ടി അങ്ങാടിയിൽ എത്തിയതാണ്. എന്നിട്ട്, പണിക്കു കയറിയത് എട്ടുമണി കഴിഞ്ഞാണ്. അത്രയും സമയം ഗോഡൗണുകൾക്കരികിലൂടെ വെറുതെ അലയുകയായിരുന്നു. അതിനിടയിൽ കൗസല്യയെ കാണുകയുണ്ടായി. കുറേനേരം അവളോട് സംസാരിച്ചുകൊണ്ട് നിന്നു. സാധാരണയായി ശങ്കരൻകുട്ടി അങ്ങാടിയിലെ പെണ്ണുങ്ങളോട് ഇത്രയധികംനേരം സംസാരിക്കുകയില്ല. പക്ഷേ, കൗസല്യയെ അവനിഷ്ടമാണ്. അങ്ങാടിയിലെ ഒരുചീത്തപ്പേരുമില്ലാത്ത പെണ്ണാണവൾ. അവൾക്ക് ആണുങ്ങളെ ബഹുമാനിക്കാനറിയാം. കൗസല്യയെപ്പോലൊരു പെങ്ങളുണ്ടായിരുന്നെങ്കിലെന്ന് ശങ്കരൻകുട്ടി മനസിന്റെ ഉള്ളിന്റെയുള്ളിൽ കൊതിച്ചുപോയിട്ടുണ്ട്. കൗസല്യയ്ക്ക് ശങ്കരൻകുട്ടിയെയും ജീവനുതുല്യം സ്നേഹമായിരുന്നു. പക്ഷേ, അതൊന്നും അവൾ അവനോടു പറഞ്ഞില്ല. ശങ്കരൻകുട്ടിക്ക് സ്വയം ഉഴിഞ്ഞിട്ട പെണ്ണിനെപ്പോലെ അവൾ ജീവിച്ചു. അവളുടെ സ്വപ്നങ്ങളിലേക്ക് കയറി വന്ന ആദ്യത്തെ ആണാണവൻ. ഇന്ന് മാധവൻ തന്റെ ഹൃദയത്തിൽ കൂടുകൂട്ടിയിട്ടും ശങ്കരൻകുട്ടിയെ സ്വപ്നം കണ്ടുകൊണ്ടു നടന്ന നാളുകൾ പൂർണമായും അവളുടെ മനസിൽ നിന്നു മായുന്നില്ല.

മാധവനും ശങ്കരൻകുട്ടിയും തമ്മിൽ തെറ്റിയത് കൗസല്യയെ വല്ലാതെ വേദനിപ്പിക്കുകയാണ്. എന്തിനാ ശങ്കരങ്കുട്ട്യേട്ടാ നിങ്ങൾ രണ്ടുപേരുമിങ്ങനെ തെറ്റി നടക്കുന്നതെന്ന് അവൾ ദുഃഖത്തോടെ ചോദിച്ചു. മാധവനോടും അവളിത് ചോദിക്കാറുണ്ട്. കൗസല്യ അങ്ങനെ ചോദിച്ചപ്പോൾ ശങ്കരൻകുട്ടി ഒന്നും പറഞ്ഞില്ല. വല്ലാത്തൊരു നഷ്ടബോധത്തിന്റെ പിടിയിൽപ്പെട്ടുകൊണ്ട് അവൻ വേദനയോടെ അവളുടെ മുമ്പിൽ നിൽക്കുകയായിരുന്നു. ആ നിൽപ്പിലൂടെ ഞാനൊന്നും ചെയ്തിട്ടില്ല കൗസല്യേ എന്ന് മൂകമായിപ്പറയുകയായിരുന്നു. മാധവേട്ടൻ നിങ്ങളോടെന്തെങ്കിലും ചെയ്യുമോ എന്ന ചോദ്യം കൗസല്യയുടെ നോട്ടത്തിലുമുണ്ടായിരുന്നു.

എന്തിനെല്ലാമോ ശങ്കരൻകുട്ടിയുടെ മനം എരിയുകയായിരുന്നു. അങ്ങാടിക്ക് ശങ്കരൻകുട്ടിയോട് പൊതുവെ ഒരു സ്നേഹക്കുറവുണ്ട്. അവനെ കാണുന്നവർ ഒന്നു ചിരിക്കുന്നു. പിന്നെ ഞങ്ങൾ നിന്നോട് ചിരിച്ചിട്ടില്ല എന്ന ഭാവത്തിൽ അവരവരുടെ വഴിക്ക് നടന്നുപോകുന്നു. അവനെ ഒറ്റപ്പെടുത്താൻ ബോധപൂർവം ആരോ ചരടു വലിക്കുന്നതുപോലെ. അവനെ അവന്റെ സർവസ്വവുമായ അങ്ങാടി ഒറ്റപ്പാടിലേക്ക് വലിച്ചെറിയുന്നു. അത് അവന് തീരെ സഹിക്കാൻ കഴിയുന്നുണ്ടായിരുന്നില്ല.

അന്ന് അവന് കുലച്ചന്തയിലായിരുന്നു പണി. മാനന്തവാടിയിൽ നിന്ന് നേന്ത്രക്കുലയുമായി ലോറികൾ തുരുതുരെ വന്നുകൊണ്ടിരുന്നു. അങ്ങാടിയിലിറങ്ങിയ കുലകൾ ടെമ്പോയിലും കൈവണ്ടിയിലുമൊക്കെയായി പല ഭാഗത്തേക്കും പോകുന്നു.

ജോലിക്കിടയിൽ ശങ്കരൻകുട്ടിയുടെ മനസ്സ് പല കാര്യങ്ങളിലേക്കും ചിതറുകയായിരുന്നു. ആറായിരം ഉറുപ്പിക നാണുനായർ രണ്ടുദിവസം കഴിഞ്ഞ് തരാമെന്നു പറഞ്ഞിട്ടുണ്ട്. അതിലപ്പുറം ഒരു കാശുപോലും കല്യാണത്തിന് ചെലവാക്കരുതെന്ന് നാണുനായരും ചാത്തുണ്ണ്യേട്ടനും ഉപദേശിക്കുകയും ചെയ്തു. ആറായിരം കൊടുത്താലും ശങ്കരൻകുട്ടിയുടെ വേറൊരേഴായിരം നാണുനായരുടെ കൈയിൽ കിടക്കും. അതവിടെ കിടക്കട്ടെ എന്നാണ് ചാത്തുണ്ണ്യേട്ടൻ പറഞ്ഞത്.

ശങ്കരൻകുട്ടി ആലോചിക്കുകയായിരുന്നു. അയ്യായിരത്തിന് തുണിയെടുക്കണം. ചാത്തുണ്ണ്യേട്ടനും നാണുനായർക്കും അമ്മുമ്മാട്ട്യാർക്കും മാധവനും തുണി വാങ്ങണം. മാധവന് തുണിയും കുപ്പായവും വാങ്ങിക്കൊടുത്താൽ അവൻ വലിച്ചെറിഞ്ഞുകളയുമോ? ഇല്ല. മാധവനത് കഴിയില്ല. എത്രകൊല്ലത്തെ സ്നേഹബന്ധമാ...

മാധവനുമായി എങ്ങനെയെങ്കിലും ലോഹ്യത്തിലാകണമെന്ന് ശങ്കരൻകുട്ടി തീരുമാനിച്ചു. ദൈവം അതവന് തോന്നിക്കുന്നതുപോലെ.

ഇന്ന് വൈകുന്നേരം തന്നെ മാധവനെ കണ്ട് ലോഹ്യത്തിലാവണം. വേണ്ണേങ്കിൽ മാധവന്റെ മുമ്പിലൊന്ന് തലകുനിച്ചുകൊടുക്കാം. സംഭവിച്ചതെല്ലാം സംഭവിച്ചു. പറഞ്ഞാൽ തീരാത്തത് വല്ലതുമുണ്ടോ? മാധവനെയും കൂട്ടി പെരിയങ്ങാടിയിൽ പോയി തുണിയെടുക്കണം: മാധവന്റെ ഇഷ്ടത്തിനുള്ള തുണിയെടുത്താ മതി.

മാധവനും കുലച്ചന്തയിൽത്തന്നെയാണ് അപ്പോൾ പണിയെടുത്തുകൊണ്ടിരുന്നത്. മാധവനെ കുറേ നിമിഷങ്ങളോളം ശങ്കരൻകുട്ടി നോക്കിനിന്നു. തനിക്ക് എവിടെയെല്ലാമോ നോവുന്നതുപോലെ ശങ്കരൻകുട്ടിക്ക് തോന്നി. വൈകുന്നേരമാകാനൊന്നും നിൽക്കാതെ അപ്പോൾത്തന്നെ ശങ്കരൻകുട്ടി മാധവന്റെ അടുത്തേക്ക് ചെന്നു. ശങ്കരൻകുട്ടി അങ്ങോട്ടു ചെല്ലുന്നത് മാധവൻകണ്ടിരുന്നു. ശങ്കരൻകുട്ടി നെഞ്ചത്തെ വിയർപ്പ് തുടച്ചുകൊണ്ട് 'മാധവാ' എന്നു വിളിച്ചു.

ഒരു വിളിയേ വിളിച്ചുള്ളൂ.

അത് കേൾക്കേണ്ട താമസം. പണി നിറുത്തി മാധവൻ ശങ്കരൻകുട്ടിയുടെ അടുത്തേക്ക് വന്നു.

"വൈകുന്നേരം നെന്നെയൊന്നു കാണണം. എങ്ങോട്ടും പൊയ്ക്കളയരുത്." ശങ്കരൻകുട്ടി പറഞ്ഞു.

മാധവൻ പിന്നെ നേരെ ചായപ്പീടികയിലേക്കു നടക്കുകയായിരുന്നു. ഒപ്പം ശങ്കരൻകുട്ടിയുമുണ്ടായിരുന്നു. കുലച്ചന്തയിലെ കെട്ടെടുപ്പുകാരും പണിക്കാരും അത്ഭുതത്തോടെയാണത് നോക്കിക്കണ്ടത്.

ചായ കുടിച്ചതിനുശേഷം മാധവൻ ഒരു കത്രികമാർക്ക് സിഗരറ്റ്

ശങ്കരൻകുട്ടിക്ക് കൊടുത്തു. ആ കത്രികമാർക്കിൽ നിന്നാണ് മാധവൻ തന്റെ സിഗരറ്റിന് തീ പറ്റിച്ചത്. സിഗരറ്റ് വലിച്ചൂതി രണ്ടുപേരും സംസാരിച്ചുകൊണ്ട് കുലച്ചന്തയിലേക്ക് നടന്നുവന്നു. അവരുടെ പോക്കുംവരവും കുലച്ചന്തയിൽ ഒരുതരം മൂകത സൃഷ്ടിക്കുകയായിരുന്നു. കുലച്ചന്തയിലെ പണിക്കാരുടെ മനസിൽ ഏറെനേരം ആ അത്ഭുതം കെട്ടിക്കിടന്നു.

ശങ്കരൻകുട്ടിക്കും മാധവനും ഒരുപോലെ മനസിനൊരു സുഖം തോന്നി. ഇന്നു വൈകുന്നേരം കാണുമ്പോൾ എന്തൊക്കെയാണ് സംസാരിക്കുക. മാധവൻ ആലോചിക്കുകയായിരുന്നു. ഈ സമ്മന്തത്തിന് ശങ്കരൻകുട്ടി ഇത്രവേഗം വഴങ്ങാൻ കാരണമെന്താണെന്നു ചോദിക്കും. ഇങ്ങനെയോരോരോ ചിന്തകളായിരുന്നു മാധവന്റെ മനസിൽ.

സൂര്യൻ അങ്ങാടിയുടെ മുകളിലേക്ക് വന്നുകൊണ്ടിരിക്കുമ്പോൾ ശങ്കരൻകുട്ടിയെത്തേടി ഒരു ചെറുപ്പക്കാരൻ വന്നു. ആ ചെറുപ്പക്കാരൻ അന്വേഷിച്ചന്വേഷിച്ചു വരികയായിരുന്നു. അവൻ വല്ലാതെ വിയർത്തൊലിക്കുന്നുണ്ടായിരുന്നു. അവന്റെ വേഷം മുഷിഞ്ഞതായിരുന്നു. അഞ്ചാറ് ദിവസമായി ഷേവ് ചെയ്യാത്ത മുഖമായിരുന്നു അവന്റേത്.

അവന്റെ കണ്ണുകൾ ഏതോ ദുഃഖത്തിന്റെ ആഴത്തിലായിരുന്നു. ശങ്കരൻകുട്ടി ഏതാനും നിമിഷങ്ങൾ അവന്റെ കണ്ണുകളിലേക്ക് നോക്കിനിന്നു.

ശങ്കരങ്കുട്ട്യേട്ടാ എന്നാണവൻ വിളിക്കുന്നത്. സ്നേഹം നിറഞ്ഞ വിളി.

"ശങ്കരങ്കുട്ട്യേട്ടാ എനിക്കൊരു കാര്യം സംസാരിക്കാനുണ്ട്. കൊറച്ച് മാറിനിന്ന് സംസാരിക്കണം." അവൻ പറഞ്ഞു.

ശങ്കരൻകുട്ടി അവന്റെകൂടെ ചെന്നു. അവൻ ശങ്കരൻകുട്ടിയെ ദൂരെ വിളിച്ചുകൊണ്ടുപോവുകയായിരുന്നു. പൂമരത്തിനുമപ്പുറത്ത്, മുനിസിപ്പൽ പാർക്കിനു പിറകിൽ അവർ നിന്നു. പാർക്കിനുപിറകിലെത്തിയിട്ടും അവൻ പറഞ്ഞു തുടങ്ങുന്നില്ല. എന്താണ് പറയാനുള്ളതെന്ന് നാലഞ്ചുതവണ ശങ്കരൻകുട്ടി അവനോട് ചോദിച്ചു. അപ്പോഴെല്ലാം അവൻ ദയനീയമായി ശങ്കരൻകുട്ടിയെ നോക്കുകയായിരുന്നു.

"ഞാനങ്ങാടീന്ന് കേറി വന്നതാ. എന്താ പറയാന്ള്ളേന്നു വച്ചാ വേഗം പറ." ശങ്കരൻകുട്ടി പറഞ്ഞു.

"ശങ്കരൻകുട്ട്യേട്ടാ നിങ്ങൾക്കെന്നെ അറിയാമോ?" അവൻ ചോദിച്ചു.

'ഇല്ല."

"എന്റെ പേര് മോഹനൻ എന്നാണ്. അക്കരെ ക്രിസ്ത്യൻ പള്ളിയുടെ അടുത്താണെന്റെ വീട്. ശങ്കരങ്കുട്ട്യേട്ടാ ഞാനൊരുപാവമാണ്."

പിന്നെ കുറെ നേരം അവനൊന്നും സംസാരിച്ചില്ല. അവൻ കടലിലെ പായത്തോണികൾ നോക്കി നിൽക്കുകയായിരുന്നു. അവന്റെ കണ്ണ് നനയുന്നത് ശങ്കരൻകുട്ടി കണ്ടു.

"എന്താ കാര്യംപറ." ശങ്കരൻകുട്ടി പറഞ്ഞു.

"ശങ്കരൻകുട്ട്യേട്ടൻ സമ്മന്തം നിശ്ചയിച്ച സുമതിയും ഞാനും കഴിഞ്ഞ പത്തുകൊല്ലമായി സ്നേഹത്തിലാണ്. ശങ്കരൻകുട്ട്യേട്ടൻ ഈ

സമ്മന്തത്തിന് നിൽക്കരുത്. ഞങ്ങൾ രണ്ടുപേരും മരിച്ചുകളയും." അവൻ പറയുകയും പൊട്ടിക്കരയുകയുമായിരുന്നു.

ശങ്കരൻകുട്ടിക്ക് തലകറങ്ങുന്നതുപോലെ. അവൻ വീണ്ടും എന്തൊക്കെയോ സംസാരിക്കുന്നുണ്ടായിരുന്നു. അതൊന്നും ശങ്കരൻകുട്ടിയുടെ കാതിൽ വീഴുന്നുണ്ടായിരുന്നില്ല. അവന്റെ കാലടികൾക്കു കീഴെ ഭൂമി കുഴിയുകയായിരുന്നു.

ഇരുവരുടെയും മനസിൽ ഓരോ തീക്കളം പൊരിഞ്ഞു കത്തുകയായിരുന്നു.

മോഹനന് ശങ്കരൻകുട്ടിയെ പേടിയാവുന്നുണ്ട്. തനിക്ക് എങ്ങനെ ശങ്കരൻകുട്ടിയോട് ഈ കാര്യം സംസാരിക്കാൻ കഴിഞ്ഞുവെന്നാലോചിച്ചുകൊണ്ടവൻ പേടിക്കുകയായിരുന്നു.

എന്തും സംഭവിക്കാവുന്ന നിമിഷങ്ങളാണ് അവരിലൂടെ ഇഴയുന്നത്. നീയും അപ്പെണ്ണും മരിക്കെടാ എന്ന് ശങ്കരൻകുട്ടി മനസിൽ പറയുകയായിരുന്നു. മുഖത്ത് ചോര ഇരച്ചുകയറിക്കൊണ്ടിരുന്നു. എന്റെ തല പൊട്ടിത്തെറിച്ചുപോണേയെന്ന് ശങ്കരൻങ്കുട്ടി സകലദൈവങ്ങളോടും യാചിച്ചുകൊണ്ടിരുന്നു.

ശങ്കരൻകുട്ടിയുടെ കാലുകൾ അവനെ എങ്ങോട്ടോ വലിക്കാൻ തുടങ്ങുകയായിരുന്നു. അങ്ങാടിയിലേക്ക് പോകാൻ തോന്നുന്നില്ല. പള്ളിത്തൂക്കിലേക്കോ ടിപ്പുവിന്റെ കോട്ടയിലേക്കോ കടപ്പുറത്തേക്കോ അവനെ അവന്റെ കാലുകൾ വലിച്ചുകൊണ്ടുപോകുന്നുണ്ടായിരുന്നില്ല. "മകരം ഇരുപത്തെട്ടിന് മുമ്പ് ആരെങ്കിലോരാളെ ശങ്കരൻകുട്ടി കൊല്ലും." ഇങ്ങനെയാണ് ശങ്കരൻകുട്ടി മോഹനനോട് യാത്രചോദിച്ചത്. പിന്നെ, അവന്റെ കാലുകൾ അവനെ അതിവേഗം വലിക്കുകയായിരുന്നു. അവന്റെ ആ തളരുന്ന കാലുകൾ അവസാനം അവനെ പൂമരത്തണലിലേക്ക് വലിച്ചെറിഞ്ഞു. ആ തണലിൽ മുതുകൊടിഞ്ഞ ഒരു കാളയെപ്പോലെ അവർ മറിഞ്ഞു വീണു. അവന് വീശിക്കൊടുക്കാൻ പൂമരക്കൊമ്പത്ത് കാറ്റുണ്ടായിരുന്നില്ല. കാറ്റ് വീശിയാലും അവനേശുകയില്ല.

എല്ലാവിധത്തിലും താൻ മാനംകെടാൻ പോകുന്നുവെന്ന് ശങ്കരൻകുട്ടിക്ക് തോന്നുകയായിരുന്നു. മാനംകെട്ട ഒരുജീവിതം ഏതായാലും അങ്ങാടിയിൽ തനിക്ക് വേണ്ട എന്ന് അവൻ തീരുമാനിച്ചു. തീരുമാനങ്ങൾ ഒന്നിനുപിറകെ മറ്റൊന്നായി മനസിൽ രൂപപ്പെടുകയുമായിരുന്നു. എല്ലാം ഇട്ടെറിഞ്ഞുപോകണം. കിഴക്കൻ മലകളിൽ നിന്നുവരുന്ന ഏതെങ്കിലും ഒരു ലോറിയിൽ കയറി ഒരുദിവസം അങ്ങ് പോയാൽ മതി.

അപ്പോൾ ഒരു ലോറി അവന്റെ മനസിലേക്കോടിവരികയായിരുന്നു.

ഏഴാം മൈലിന്നടുത്തെ കുറ്റിക്കാട്ടിൽനിന്ന് അവൻ ലോറിയിൽ പാഞ്ഞുകയറുന്നു. ആ ലോറി പിന്നെ മലമ്പാതകളിലേക്ക് കയറിപ്പോകുന്നു. ഭീകരവും അഗാധവുമായ കൊല്ലികളിൽ അവന്റെ കണ്ണുകൾ ചെന്നുപെടുന്നു. നേരം പുലരുമ്പോൾ അവനൊരു മലഞ്ചെരിവിലിറങ്ങു

ന്നു. പരിസരത്തൊന്നും ആരുമില്ല. അവൻ പതുക്കെപ്പതുക്കെ നടന്ന് ഒരു കാട്ടിലേക്ക് മറയുന്നു.

പെട്ടെന്ന് ശങ്കരൻകുട്ടി പൊട്ടിത്തെറിച്ചു. "ഇല്ല. ശങ്കരൻകുട്ടി പോവൂല്ല. ചാത്തുണ്ണ്യേട്ടന്റെ മൂലപ്പറമ്പത്ത് രാമന്റേംനെഞ്ച് ഞാൻ കുത്തിക്കലക്കും. ഒന്നിനെക്കൊല്ലും. ഏതെങ്കില്യൊന്നിനെക്കൊല്ലും. എല്ലാരുംകൂടി ശങ്കരങ്കുട്ടീനെപ്പറ്റിച്ചില്ലേ? ശങ്കരൻകുട്ടിക്ക് പറ്റിക്കാനറിഞ്ഞൂടാ. ആരെയും പറ്റിക്ക്വേയില്ല. പക്ഷേല്, ഒന്നിനെ ശങ്കരങ്കുട്ടി കൊല്ലും."

അവൻ എഴുന്നേറ്റ് നേരെ നാലാം നമ്പർ പട്ടഷാപ്പിലേക്ക് നടന്നു. പട്ടഷാപ്പിനകത്തെത്തിയപ്പോൾ അവനൊരു പാവം ശങ്കരൻകുട്ടിയായിരുന്നു. പകൽ സമയത്ത് ഒരിക്കലും അവൻ പട്ടഷാപ്പിൽ കയറിയിട്ടില്ല. നാലാം നമ്പറിൽ ഒന്നോ രണ്ടോരാത്രി ആരുടെയോ കൂടെ വന്ന ഓർമ മാത്രമേയുള്ളൂ. അവനെ ഷാപ്പുകാരനും സൂക്ഷിച്ചൊന്നു നോക്കി.

അവൻ പതുക്കെ ചെന്ന് ഒരുമുറിയുടെ മൂലയിലിരിപ്പായി. പട്ട അതിന്റെ പതിവനുസരിച്ച് വന്നുകൊണ്ടിരുന്നു. അവന്റെ മനസിന് പട്ടയിൽ മുങ്ങാനുള്ള മോഹമായിരുന്നു. അവൻ അകത്താക്കുന്ന പട്ടയുടെ ഓരോ കവിളും മനസിന്റെ അടഞ്ഞുപോയ ഓരോ വാതിലും തുറന്നിടുകയായിരുന്നു. തലയ്ക്കകത്ത് വർഷങ്ങൾ നിരനിരയായി മലർന്നുകിടന്നു. ആ വർഷങ്ങളുടെ അകത്ത് ശങ്കരൻകുട്ടിയെത്തന്നെ നോക്കുകയായിരുന്നു. അവനെ അവൻ കണ്ടു. കണ്ടുകണ്ടങ്ങനെ ഇരുന്നു.

സന്ധ്യയാവുന്നു. നാലാംനമ്പർ സജീവമായിത്തുടങ്ങുന്നു. തൊട്ടപ്പുറത്തെ മുറിയിൽ നിന്ന് ആരോ ഖാദർക്കായുടെ പാട്ട് പാടുന്നുണ്ട്.

ശങ്കരൻകുട്ടി ഇരുന്ന മുറിയിലേക്ക് നാലഞ്ചുപേർ കടന്നുവന്നു. അതിലൊരാൾ ശങ്കരൻകുട്ടിയെ നോക്കി ചെറുതായൊന്നു ചിരിച്ചു.

അവന് നടക്കാൻ തീരെ വയ്യായിരുന്നു. ബില്ല് കൊടുത്ത് പതുക്കെ എഴുന്നേറ്റു. എഴുന്നേൽക്കുമ്പോൾ ഇരുപുറവും പാളിപ്പോകുന്നുണ്ടായിരുന്നു. റോഡിലിറങ്ങിയ ശങ്കരൻകുട്ടി ഒരു നിമിഷം നിന്നു. പിന്നെ അങ്ങാടിയിലേക്കു നോക്കാതെ റോഡിന്റെ അരികുപറ്റി പടിഞ്ഞാറോട്ടു നടന്നു. അവന്റെ മുമ്പിൽ നടക്കുന്നവരെല്ലാം നൃത്തം ചെയ്യുന്നുണ്ടായിരുന്നു. കണ്ണിനുമുൻപിൽ ആരോ കെട്ടിയ ഒരു മറയിലൂടെയാണവൻ അത് കാണുന്നത്. മുമ്പിൽ നടക്കുന്നവരുടെ നൃത്തം അവനിൽ കടുത്ത അമർഷമുണ്ടാക്കുകയായിരുന്നു. അവന് പൊട്ടിക്കരയണമെന്നുണ്ട്. കുറേപ്പേരെ കീറിപ്പറിച്ചെറിയണമെന്നുണ്ട്. റോഡിൽ കിടന്നുരുണ്ട് ചോരയൊഴുക്കണമെന്നുണ്ട്.

അവനറിയുന്ന എല്ലാ ദൈവങ്ങളോടും അവൻ ചോദിക്കുകയായിരുന്നു. ഞാനെന്തു പാപം ചെയ്തു?

പെട്ടെന്ന് റോഡ് കുറുങ്ങനെ കടന്ന് ഒരാൾ ശങ്കരൻകുട്ടിയുടെമുമ്പിൽ വന്നുനിന്നു. ഇരുവരും നിമിഷങ്ങളോളം പരസ്പരം നോക്കിനിൽക്കുകയായിരുന്നു.

"കടപ്പുറത്തേക്കുപോകാം." മാധവൻപറഞ്ഞു.

ശങ്കരൻകുട്ടി പൊട്ടിക്കരയാൻ തുടങ്ങി. മാധവൻ നടക്കാൻ തുടങ്ങിയിരുന്നു. പക്ഷേ, ശങ്കരൻകുട്ടി നിന്നനിൽപ്പിൽ നിന്നുകൊണ്ടുതന്നെ കരയുകയായിരുന്നു.

“എന്റെ കയ്യൊന്നു പിടിയെടാ മാധവാ.” ശങ്കരൻകുട്ടിയുടെ ഈ അപക്ഷേയ്ക്ക് മുമ്പിൽ മാധവന്റെ കരൾ മുറിയുകയായിരുന്നു.

മാധവൻ ശങ്കരൻകുട്ടിയുടെ കൈപിടിച്ചു. ശങ്കരൻകുട്ടി മുഴുവനായി മാധവന്റെ ദേഹത്ത് ചായാൻ ആഗ്രഹിക്കുകയായിരുന്നു.

“കടപ്പുറത്തിരുന്ന് ഒരുപാട് പറയാനുണ്ട് മാധവാ..” അതുപറയുമ്പോൾ ശങ്കരൻകുട്ടിയുടെ തല മാധവന്റെ ചുമലിലായിരുന്നു.

ശങ്കരൻകുട്ടിയുടെ ഈ അവസ്ഥ മാധവന് സഹിക്കാൻ കഴിയുന്നുണ്ടായിരുന്നില്ല. അവന് പരിതാപവും വേദനയും ആരോടൊക്കെയോ കടുത്ത അമർഷവും തോന്നുകയായിരുന്നു.

പതിനൊന്ന്

മൂലപ്പറമ്പത്ത് എന്നും ലക്ഷ്മിയമ്മയാണ് ആദ്യമുണരുന്നത്. അവരുണരുമ്പോൾ കാക്കകൾപോലും കരഞ്ഞു പറക്കാൻ തുടങ്ങിയിട്ടുണ്ടാവില്ല. ലക്ഷ്മിഅമ്മ മുറ്റമടിച്ച് ചാണകം പാറ്റുമ്പോഴായിരിക്കും പുഴവക്കത്തെ കാഞ്ഞിരമരത്തിൽനിന്ന് കാക്കകൾ കരയാൻ തുടങ്ങുന്നത്. മുറ്റത്ത് ചാണകം പാറ്റിക്കഴിഞ്ഞാൽ ലക്ഷ്മി അമ്മ നേരെ കുളിമുറിയിലേക്ക് കയറും. കുളിച്ചുവന്ന് നടുമുറ്റത്തെ തുളസിച്ചെടിയിൽ നിന്ന് ഒരു തുളസിത്തണ്ടൊടിച്ച് തലയിൽ തിരുകിയേ അടുക്കളയിലേക്കു കയറുകയുള്ളൂ. ലക്ഷ്മിഅമ്മ അടുക്കള ജാലകത്തിലൂടെ പുറത്തേക്കു നോക്കുമ്പോഴായിരിക്കും നേരം പരപരാ വെളുക്കുന്നത്. അടുക്കളയിലെ ആദ്യത്തെ ജോലി വൈദ്യർക്ക് കടുപ്പത്തിലൊരു കാപ്പിയിടലാണ്. ലക്ഷ്മി അമ്മ ആ കാപ്പിയും മുരുടയിൽ വെള്ളവുമായി ചെന്നിട്ടാണ് വൈദ്യരെ ഉണർത്തുന്നത്. വൈദ്യർ കാപ്പി കുടിക്കുന്നതിനിടയിൽത്തന്നെ പത്രം വരും. പിന്നെ വൈദ്യർ പത്രത്തിലും ലക്ഷ്മിഅമ്മ അടുക്കളയിലുമാവും. ഒമ്പതുമണിക്ക് വൈദ്യർക്ക് പ്രാതൽ വേണം. സൂര്യൻ പുരയ്ക്കു മുകളിൽ കയറുന്നതിനുമുമ്പ് ഊണുവേണം. വൈകുന്നേരം വിഷംപോലെ കറുത്ത കരിങ്കാപ്പി വേണം. രാത്രിവൈദ്യർക്ക് കയ്പക്കയും കഞ്ഞിയുമാണ്. വർഷങ്ങളായി വൈദ്യർ ഈ പതിവുകളൊന്നും തെറ്റിക്കാറില്ല. എന്നാൽ വൈദ്യർ മൂലപ്പറമ്പത്തു നിന്ന് കുടിനീരിറക്കാതെയായിട്ട് നാലഞ്ചു ദിവസമായി. നന്നായി വെയിലുദിക്കുമ്പോഴേ ഉണരുന്നുള്ളൂ. ഉണർന്ന ഉടനെ വീർത്തമുഖവുമായി പുഴവക്കത്തെ ചായപ്പീടികയിലേക്കു പോകുന്നു. കാലത്ത് ചായപ്പീടികയിൽ പോയി ചായകുടിക്കുന്നത് മൂലപ്പറമ്പത്തെ രാമൻ വൈദ്യർക്ക് പറ്റിയതല്ല. തറവാട്ടുകാർ ചായപ്പീടികയിൽ കയറി ഇരിക്കാറില്ല. വൈദ്യർ ചായപ്പീടികയിലേക്കിറങ്ങിപ്പോ

കുമ്പോൾ വൈദ്യരുടെ കരിങ്കാപ്പി തണുക്കുന്നു. തണുത്തുതണുത്തുവരുന്ന ആ കരിങ്കാപ്പി എപ്പോഴെങ്കിലും ലക്ഷ്മി അമ്മ പുറത്തെടുത്തുകളയുന്നു.

ഇങ്ങനെ ദിവസങ്ങൾ നീങ്ങുന്നതു കാണുമ്പോൾ ലക്ഷ്മി അമ്മയ്ക്ക് പേടിയാവുന്നുണ്ട്. വൈദ്യർ കടുത്ത ദുഃഖത്തിലും കോപത്തിലുമാണ്. വൈദ്യരുടെ ഉള്ള് മുഴുവനായി ലക്ഷ്മി അമ്മയ്ക്കറിയാം. വൈദ്യർക്ക് വാശികയറിയാൽ ഒരുരക്ഷയുമില്ല. ആ വാശി നാടാകെ പാട്ടാണ്. തന്റെ ഇഷ്ടത്തിലൊതുങ്ങാത്തതെല്ലാം ഒരു വെട്ടിന് രണ്ടു തുണ്ടെന്നാണ് ജീവിതതത്വശാസ്ത്രം. ഈ തത്വശാസ്ത്രത്തിനിരയാവുന്നത് ഭാര്യയായാലും മകളായാലും നാട്ടുകാരായാലും പ്രശ്നമില്ല. തന്റെ ഇഷ്ടത്തിന്റെ കൂടെയേ വൈദ്യർ എപ്പോഴും സഞ്ചരിച്ചിട്ടുള്ളൂ. വൈദ്യരുടെ ഹൃദയത്തിലെ ചോര വാശിയുടെ ചോരയാണ്. ശങ്കരൻകുട്ടിക്ക് സുമതിയെ സമ്മന്തം ചെയ്തുകൊടുക്കാനുള്ള തീരുമാനവും വൈദ്യരുടെ ഒരു വാശിയിൽ നിന്നുണ്ടായതാണ്. പെണ്ണിന്റെ ഇഷ്ടത്തിന് മൂലപ്പറമ്പത്തെ ആണുങ്ങൾ വഴങ്ങുകയില്ല. വൈദ്യരും വൈദ്യരുടെ പൂർവികന്മാരും പാലിച്ചു പോന്ന വാശികളിലൊന്നാണിത്.

ശങ്കരൻകുട്ടിയും സുമതിയുമായുള്ള സമ്മന്തം നിശ്ചയിച്ചപ്പോൾ ലക്ഷ്മി അമ്മയുടെ മൂത്ത ആങ്ങള ചോദിച്ചു: “അങ്ങാടീലെ കെട്ടെടുപ്പുകാരനേ നിനക്ക് കിട്ടീള്ളൂ? എവിടുന്നോ ഒലിച്ചുവന്നോനല്ലേ ഈ ശങ്കരങ്കുട്ടീന്ന് പറേന്നോൻ?”

“ഒലിച്ച് വന്നോം വേണോ പറന്നുവന്നോം വേണോന്ന് ഞാൻ തീരുമാനിച്ചോളാം. രാമന്റെ മോളെ രാമനിഷ്ടള്ളോന്റെ കൂടെ അയയ്ക്കും. അതെപ്പറ്റി ഒരക്ഷരെതിർത്ത് പറയാൻ മറ്റൊരാളാണിനും അവകാശേല്യ. രാമനൊന്നു തീരുമാനിച്ചാ അത് നടക്കും. രാമൻ രാമന്റെ മോളെ പിച്ചക്കാരന് കൊടുക്കും. മൂലപ്പറമ്പത്തെ രാമൻ മൂലപ്പറമ്പത്തെ രാമനാ...” അങ്ങനെയോരോന്നു കേൾക്കുമ്പോഴും വൈദ്യരുടെ വാശി കൂടുകയായിരുന്നു. വൈദ്യർ മനസിലിങ്ങനെ ഉറപ്പിച്ചതാണ് — അങ്ങാടീല് വെയർപ്പൊഴുക്കി ജീവിച്ചോനെക്കൊണ്ട് ഈ തറവാട് രാമൻ വീണ്ടും പൊക്കിക്കൊണ്ടു വരും.

സുമതിയെ അങ്ങാടിയിലെ കെട്ടെടുപ്പുകാരൻ ശങ്കരൻകുട്ടിക്കും സമ്മന്തം ചെയ്തുകൊടുക്കാൻ തീരുമാനിക്കുന്നതിലൂടെ വൈദ്യർ പുതിയൊരു മനുഷ്യനായിമാറുകയായിരുന്നു. ശങ്കരൻകുട്ടിയുടെ വേരും വിത്തും എവിടെയാണെന്നാർക്കുമറിഞ്ഞുകൂടാ. ഒരു ദിവസം മുബാറക്കങ്ങാടിയിലെ ചാത്തുണ്ണിക്ക് ആൽമരച്ചുവട്ടിൽ വീണു കിട്ടിയവനാണവൻ. ആരോരുമില്ലാതെ വളർന്നുവന്ന അവന്റെ ജന്മത്തിന് മൂലപ്പറമ്പത്ത് വച്ചൊരർഥമുണ്ടാകണം. പെണ്ണിനെ കുടുക്കിക്കൊണ്ടു പോകാൻ നടക്കുന്നവൻ ഇങ്ങോട്ടു കയറാൻ പാടില്ല. സുമതിയുടെ പിന്നാലെ വർഷങ്ങളായി നടക്കുന്ന മോഹനനെക്കുറിച്ചോർക്കുമ്പോഴെല്ലാം വൈദ്യരുടെ പല്ലുകൾ ഞെരിയുകയും ശരീരമാകെ ക്രോധത്താൽ പുളയുകയും

ചെയ്യും. വൈദ്യരുടെ മനസിൽ അവനൊരു തെണ്ടിയാണ്. കുടുംബത്തിൽ കയറ്റാൻ കൊള്ളുകയില്ല. എന്തുവന്നാലും അവനെ മൂലപ്പറമ്പത്ത് കയറ്റുകയില്ല എന്നത് വൈദ്യരുടെ തീരുമാനമായിരുന്നു. അവനെക്കുറിച്ചോർക്കുമ്പോഴെല്ലാം വൈദ്യരുടെ മനസ്സ് ഒരു മലപ്പുറം കത്തിയായി മാറും.

രണ്ടുമാസം മുമ്പുള്ള ആ ശനിയാഴ്ച രാത്രി വൈദ്യരുടെ മനസിൽ നിന്നു മാഞ്ഞുപോകുന്നേയില്ല. ആ രാത്രിയിൽ വൈദ്യർ ഒരുകൊലയാളിയായിപ്പോയിരുന്നേനെ. കൊടുവാളെടുക്കാൻ തുള്ളിയിറങ്ങുമ്പോൾ പരദേവത വന്നു തടുക്കുകയായിരുന്നു. പരദേവതയുടെ ചിലമ്പണിഞ്ഞ വലതുകാൽ വൈദ്യരുടെ നെഞ്ചിനു നേരെ നീളുകയായിരുന്നു. നിൽക്കെടാ രാമാ എന്നു പരദേവത പറയുന്നത് രാമൻ വൈദ്യരുടെ കാതുകൾ കേട്ടു.

അതൊരു ഭീകരരാത്രിയായിരുന്നു. ആകാശത്ത് നക്ഷത്രങ്ങളൊന്നുമില്ലാതിരുന്ന ഒരു കറുകറുപ്പൻ രാവ്. അത്താഴം കഴിക്കുന്നതിനുമുമ്പ് രണ്ടു തവണ നെടുളൻ കരഞ്ഞിരുന്നു. പതിവില്ലാതെ ഗോസായിക്കുന്നിലെ കുറുക്കന്മാരും ഓരിയിട്ടിരുന്നു. ആകെയൊരസ്വസ്ഥത തോന്നിയ രാവ്. കിടക്കാൻ നേരത്ത് വൈദ്യർക്ക് നേരിയൊരു നെഞ്ചുവേദനയുണ്ടായി. വായുവിന്റെ ഗുളികയും ജീരകവെള്ളവും കഴിച്ചപ്പോൾ നെഞ്ചുവേദന പിന്നെ തോന്നിയില്ല. പക്ഷേ, വൈദ്യർക്ക് ഉറക്ക് വന്നേയില്ല. തുറന്നിട്ട ജാലകത്തിലൂടെ ഇരുട്ടിലേക്ക് നോക്കി വൈദ്യർ ചരിഞ്ഞുകിടന്നു. മരിച്ചവരാരൊക്കെയോ തെക്കേ വളപ്പിൽ നിന്നു വടക്കോട്ടേക്കു നടക്കുന്നതുപോലെ വൈദ്യർക്കു തോന്നി. വലിയ കാരണോന്മാർ ചില രാത്രികളിൽ പന്തവും കത്തിച്ച് പുഴയിൽ കുളിക്കാൻ പോകാറുണ്ടെന്നു വൈദ്യർക്കറിയാം. രാമനെ അവർ കാണുന്നുണ്ടായിരിക്കും. വൈദ്യർ വിചാരിച്ചു. അങ്ങനെ കുറേനേരം അവരെ കണ്ടുകിടക്കവേ, വാഴക്കൂട്ടത്തിനിടയിലൂടെ ഒരാൾരൂപം ഇങ്ങോട്ടടുക്കുകയായിരുന്നു. വൈദ്യർ ആദ്യം ഭയപ്പെട്ട് ഞെട്ടിപ്പോയെങ്കിലും പിന്നെ പതുക്കെ നിവർന്നുനോക്കാൻ തുടങ്ങി. ആ രൂപം സുമതിയുടെ ജാലകത്തിന്നടുത്തേക്കു ചെല്ലുകയായിരുന്നു. വൈദ്യർ സൂക്ഷിക്കുകയായിരുന്നു. നെഞ്ചിടിക്കുകയായിരുന്നു. മോഹനനാണെന്നു മനസിലായപ്പോൾ വൈദ്യരുടെ ഹൃദയം നെഞ്ചിനകത്തങ്ങോട്ടുമിങ്ങോട്ടുമാടി.

പിന്നെ വടക്കുപുറത്തെ വാതിൽ പതുക്കെ കരഞ്ഞു മാറുന്ന ഒച്ചയാണ് വൈദ്യരുടെ കാതിൽ വീണത്. വൈദ്യർ പത്തായത്തിന്റെ മുകളിൽ നിന്ന് താഴെ തുള്ളി. കൊടുവാളായിരുന്നു മനസിൽ. പക്ഷേ ഒരടി മുന്നോട്ടു നീങ്ങാൻ വൈദ്യർക്കു കഴിഞ്ഞില്ല. വൈദ്യരുടെ മുന്നിൽ പരദേവത നിൽക്കുകയായിരുന്നു. പരദേവത പാളുന്ന കണ്ണുകൾകൊണ്ട് തടയുന്നു. മാറിലെ ചെക്കിപ്പൂമാല പൊക്കിപ്പിടിച്ച് തടയുന്നു. രാമാ, ഞാനുണ്ട് നിനക്ക് കാവാലായെന്ന് ഉറക്കെ വിളിച്ചു പറയുന്നു.

പിടയ്ക്കുന്ന നെഞ്ചുമായി വൈദ്യർ പത്തായത്തിന് മേൽത്തന്നെ കയറിക്കിടന്നു. സ്വന്തം തലയെങ്കിലും തല്ലിപ്പൊളിക്കണമെന്ന്

വൈദ്യർക്കു തോന്നുകയായിരുന്നു. ഒന്നും കഴിഞ്ഞില്ല. നിമിഷങ്ങൾ കൊണ്ട് വൈദ്യർ ഒരു ജീവച്ഛവമായി മാറിപ്പോയി. ജനവാതിൽ പതുക്കെ വലിച്ചടച്ചു. ഒന്നും കാണണ്ട. ആ രാവ് പിന്നെ എങ്ങനെ പുലർന്നുവെന്ന് വൈദ്യർക്കറിയില്ല. പക്ഷേ, ആ രാവ് ഭീകരമായ ഒരോർമയായി മനസിൽ തങ്ങിനിൽക്കുന്നു.

പിറ്റേന്നു രാവിലെ വൈദ്യർ മടപ്പുരയ്ക്കലേക്കു പോയി. മടപ്പുരയ്ക്കൽ നിന്ന് വൈദ്യർ മൂകാംബികയ്ക്കു പോയി. നാലുദിവസം കഴിഞ്ഞാണ് തിരിച്ചെത്തിയത്. ഇവളെ കഴിയുന്നത്ര വേഗം ഏതെങ്കിലുമൊരുത്തന് കെട്ടിക്കൊടുക്കണമെന്ന തീരുമാനം വൈദ്യർ ആ യാത്രയിൽ എടുത്തുകഴിഞ്ഞിരുന്നു. അങ്ങനെയാണ് ചാത്തുണ്ണ്യേട്ടനെ വിളിച്ചതും സുമതിക്കൊരുത്തനെ കണ്ടുപിടിക്കാനുള്ള ചുമതല ഏൽപ്പിച്ചതും. സുമതിയുടെ പ്രേമം അരിഞ്ഞുതള്ളുമെന്നും വൈദ്യർ പ്രതിജ്ഞയെടുത്തു. അപ്പോൾ അയാൾ അച്ഛനായിരുന്നില്ല.

മകരം 28 ന് ഇനി ഏഴുദിവസമുണ്ട്. രാത്രിയിൽ പുടവയും താലിയും കൈമാറുന്ന സമ്മന്തമാണെങ്കിലും നാട്ടുകാരെ കുറേപ്പേരെയെങ്കിലും ക്ഷണിക്കണം. ഒരു ചാക്കരിയുടെ സദ്യ കഴിക്കാനാണ് വൈദ്യർ തീരുമാനിച്ചിരിക്കുന്നത്. തലേന്നു രാത്രി മുഴുവനും വൈദ്യരുടെ ആലോചന ഇതിനെക്കുറിച്ചൊക്കെയായിരുന്നു.

നേരം പുലരുന്നു. കൂർക്കം വലിച്ചുറങ്ങുന്ന വൈദ്യരുടെ അടുത്തേക്ക് ലക്ഷ്മി അമ്മ ഓടിപ്പിടഞ്ഞെത്തുന്നു. ഉണർന്ന് ലക്ഷ്മി അമ്മയുടെ മുഖത്തുനോക്കുമ്പോൾ വൈദ്യർ പേടിച്ചുപോയി. ലക്ഷ്മി അമ്മ രണ്ടുകയ്യും തലയിൽ വച്ചുകൊണ്ട് ഒരുവിധം അത് പറഞ്ഞൊപ്പിച്ചു. “സുമതീനെ ക്കാണ്ന്നില്ല. പൊഴവക്കത്തൊന്നുല്ല. ഞാനെല്ലാടോം ചെന്നു നോക്കി.”

ലക്ഷ്മി അമ്മ നിസ്സഹായയായി നിന്നു കരയുകയായിരുന്നു. മരിച്ച വീട്ടിൽ നിന്നെന്നപോലെ ആ കരച്ചിൽ ഉയർന്നു. വൈദ്യരുടെ പാളിക്കത്തുന്ന മനസ്സ് എന്തെല്ലാമോ മണത്തറിയുന്നു. സുമത്യേ എന്ന് ലക്ഷ്മി അമ്മ ഉച്ചത്തിൽ വിളിച്ചുനോക്കുകയായിരുന്നു.

വൈദ്യർ പതുക്കെ എഴുന്നേറ്റ് പുഴവക്കത്തേക്കു നടന്നു. ലക്ഷ്മി അമ്മ സുമതിയെയും തേടി പറമ്പിലാകെ ചുറ്റുകയായിരുന്നു. ഇതിനിടയിൽ അയലത്തെ പെണ്ണുങ്ങളോടെല്ലാം ലക്ഷ്മി അമ്മ വിവരം പറഞ്ഞു. ആ വിവരം അതിവേഗം പുഴവക്കത്തേക്കൊഴുകി. ചായ പീടികകളിലും റേഷൻ കടയിലും കടവക്കത്തുമൊക്കെ എത്തി. കടവത്തെത്തിയപ്പോൾ കടത്തുകാരൻ കുഞ്ഞഹമ്മദ് തനിക്കറിയാവുന്ന ആ രഹസ്യം പതുക്കിവച്ചു. പുലരുന്നതിനുമുമ്പ് കുഞ്ഞമ്മദിന് ഇരുപത്തഞ്ചുറുപ്പിക കിട്ടിയിരുന്നു. അങ്ങേ കടവത്തിറങ്ങി പഞ്ചായത്ത് റോഡിലൂടെ സുമതിയും മോഹനനും നടന്നുപോകുന്നത് കുഞ്ഞമ്മദ് ഇത്തിരി നേരം നോക്കിനിന്നിരുന്നു. കുഞ്ഞമ്മദാരോടും അത് ഇതുവരെയുംപറഞ്ഞിട്ടില്ല. ആരോടും പറയാതിരിക്കാൻ വേണ്ടി ആണ് മോഹനൻ ഇരുപത്തഞ്ചുറുപ്പിക കൈയിൽ വച്ചുകൊടുത്തത്.

കടവത്തെ ചായപ്പീടികയിൽനിന്ന് വൈദ്യർ കാര്യം പറഞ്ഞപ്പോൾ അവിടെ ഉണ്ടായിരുന്നവരെല്ലാം ഒന്നു സ്തംഭിച്ചുപോയതുപോലെ നിന്നു. അവിടെ കൂടിയവർക്കൊന്നും വൈദ്യരെ അത്ര ഇഷ്ടമായിരുന്നില്ല. വൈദ്യരോടൊന്നും മറുത്തു പറയാറില്ലെന്നേയുള്ളൂ. പക്ഷേ, അവരെല്ലാം വൈദ്യരോട് സഹതാപം കാണിക്കുന്നു. സുമതിയെ അന്വേഷിച്ച് പല ഭാഗത്തേക്കും പോകാൻ തയാറെടുക്കുന്നു. വൈദ്യർക്കിപ്പോൾ ഒന്നും ചെയ്യാൻ കഴിയുന്നില്ല. വേദനയും പേടിയും ഒരുപോലെ വൈദ്യരെ കുത്തുകയായിരുന്നു. വൈദ്യർ ചെക്കുട്ടിയെവിളിക്കാൻ ആളെ അയച്ചിട്ടുണ്ട്. ചെക്കുട്ടി വന്നേ എന്തെങ്കിലും ചെയ്യാൻ കഴിയുകയുള്ളൂ. ചെക്കുട്ടിയെയും സംഘത്തിനെയും വിടണം. അക്കരെയും ഇക്കരെയും അവന്റെ കൈയിലൊതുങ്ങുമെന്ന് വൈദ്യർക്കറിയാം.

മൂലപ്പറമ്പത്തെ രാമൻ വൈദ്യരുടെ മകൾ സുമതിയെ കാണാനില്ല എന്ന വാർത്ത ഏതു ചെവിയിലെത്തുമ്പോഴും ഒരു ഞെട്ടലായിരുന്നു. സമ്മന്തം നിശ്ചയിച്ച പെണ്ണ് ഓടിപ്പോയെന്നോ? അതും മൂലപ്പറമ്പത്തെ രാമൻ വൈദ്യരുടെ മകൾ. ചിലരുടെ സംശയം പെണ്ണ് വല്ല കിണറ്റിലോ കുളത്തിലോ ചാടി മരിച്ചു കളഞ്ഞിരിക്കുമോയെന്നായിരുന്നു.

പത്തുമണിയോടെ കടത്തുകാരൻ കുഞ്ഞമ്മദ് ധൈര്യമായി കടവത്ത് അത് പറയാൻ തുടങ്ങി. സുമതി കടവ് കടന്നുപോയി. പഞ്ചായത്ത് റോഡിലൂടെയാണ് പോയത്. അവളുടെ കൂടെ മോഹനനുണ്ടായിരുന്നുവെന്ന കാര്യം കുഞ്ഞമ്മദ് പറഞ്ഞില്ല.

പല വശത്തേക്കും വൈദ്യർ ആളുകളെ വിട്ടു. ചെക്കുട്ടിയെ വിളിക്കാൻ പോയ ചെക്കൻ തിരിച്ചു വരുമ്പോൾ പതിനൊന്നു മണി കഴിഞ്ഞിരുന്നു. എന്നിട്ടും ചെക്കുട്ടിയുണ്ടായിരുന്നില്ല. ചെക്കുട്ടിയെ വീട്ടിലോ പരിസരത്തോ കാണാനില്ല എന്നവിവരമാണ് ചെക്കൻ കൊണ്ടുവന്നത്. അതുകൂടിയായപ്പോൾ വൈദ്യരുടെ മനം പൊരിയാൻതുടങ്ങി.

വൈദ്യരുടെ അളിയന്മാരും ബന്ധുക്കളുമെല്ലാമെത്തി. വന്നുപെടുന്ന ഓരോ ആളും ഓരോ വഴിക്ക് സുമതിയെത്തേടി പോവുകയായിരുന്നു. പോയവർ പോയവർ തിരിച്ചു വന്നു. മോഹനന്റെ വീടിന്റെ പരിസരത്തു പോയവരും തിരിച്ചുവന്നു. ഒരു വിവരവുമില്ല. അവളുടെ നിഴൽപോലും കണ്ടവരില്ല.

ബന്ധുക്കളായ ചിലരുടെ മുമ്പിൽ വൈദ്യരുടെ കണ്ണ് നനഞ്ഞു. ആരോടോ വൈദ്യർ പറയുകയുണ്ടായി. “തീർന്നു മൂലപ്പറമ്പത്തെ രാമൻ തീർന്നു.”

അപ്പോഴും ലക്ഷ്മി അമ്മ ഏങ്ങിയേങ്ങി കരയുകയായിരുന്നു.

വൈദ്യർ ഒരു മടഞ്ഞ ഓല മുറ്റത്ത് വിരിച്ച് അതിൽ നീണ്ടു നിവർന്നു കിടന്നു. വൈദ്യരെ ആ കിടപ്പിൽ നിന്നാരെങ്കിലും തട്ടിവിളിക്കുമ്പോൾ ഒന്നുകണ്ണ് തുറന്നു മിഴിച്ചുനോക്കും. പിന്നെ എത്രയെങ്കിലും നേരത്തേക്ക് കണ്ണടച്ചുകളയും.

നേരം നട്ടുച്ചയോടടുക്കുമ്പോൾ സുമതിയെ അന്വേഷിച്ച് ടൗണിലേക്കുപോയ അവളുടെ ചെറിയമ്മാമൻ വിയർത്തൊലിച്ച് കയറി വന്നു. എല്ലാവരും അയാൾക്കു ചുറ്റും കൂടി. ലക്ഷ്മി അമ്മ പടിഞ്ഞാറ്റപ്പടിയിലിരുന്ന് കരയുന്നത് അയാൾക്ക് കാണാമായിരുന്നു. അയാൾ നിറഞ്ഞ കണ്ണുകളോടെ പറഞ്ഞു: "വല്യേടത്ത്യേ, ഇനി കരേണ്ട, പൊകഞ്ഞ കൊള്ളി പൊറത്ത് എന്ന് വിചാരിച്ചാ മതി. നിന്റെ മോളടെ രജിസ്റ്റർ കല്യാണം കഴിഞ്ഞു."

പെട്ടെന്ന് ലക്ഷ്മി അമ്മയുടെ കൈകൾ സ്വന്തം നെഞ്ചിനു നേരെ നീണ്ടു. അവരുടെ നിലവിളിയുടെ ഒച്ചയിൽ ആ വീട് മുങ്ങിപ്പോയി.

വൈദ്യർ ആ ഓലച്ചീന്തിൽ കുമ്പിട്ടുകിടന്നു.

സുമതിയുടെ ചെറിയമ്മാമൻ തന്റെ ചുറ്റും കൂടിയവരോടായിപറഞ്ഞു: "ചെക്കുട്ടീന്റെ സ്വാധീനത്തിലാ രജിസ്റ്റർ കഴിഞ്ഞത്. ചെക്കുട്ടീന്റെ വീട്ടിലേക്ക് പോയെന്നാ പറേന്ന്."

അതു കേട്ടപ്പോൾ വൈദ്യർ പൊട്ടിക്കരഞ്ഞുപോയി. കരഞ്ഞുകൊണ്ടേ വൈദ്യർ ചോദിച്ചു. "ചെക്കുട്ടീ നീയുമെനിക്കെതിരായോ? നിയ്യെന്റെ ഉപ്പും ചോറും തിന്ന് വളർന്നോനാ..." വൈദ്യർ ഒരു കൊച്ചുകുഞ്ഞിനെപ്പോലെ തല ഇടതും വലതുമിട്ടടിച്ച് കരഞ്ഞു. ഒരു കെട്ടിടം തകർന്നു വീഴുന്നതുപോലെ അകമേ വൈദ്യർ വീഴുകയായിരുന്നു.

പന്ത്രണ്ട്

മുബാറക്കങ്ങാടി ചാത്തുണ്ണ്യേട്ടനെ തിരയുകയായിരുന്നു. അയാളെ അങ്ങാടിയിൽ കാണാതായിട്ട് രണ്ടുദിവസമായി. ചാത്തുണ്ണ്യേട്ടൻ നാടു വിട്ടുവെന്നാണ് കേൾക്കുന്നത്. മംഗലാപുരത്തേക്ക് ടിക്കറ്റെടുത്തത് കണ്ട വരുണ്ട്. വിരാജ്പ്പേട്ടയിലേക്കുള്ള ബസ് പിടിക്കുന്നതും കണ്ടവരുണ്ട്. കഴിഞ്ഞ രണ്ടുരാത്രിയിലും ചാത്തുണ്ണ്യേട്ടൻ ചാരായമടിച്ച് കിറുങ്ങിക്കി റുങ്ങി പുഴവക്കത്തൂടെ നടന്നുപോകുന്നതും കണ്ടവരുണ്ട്.

ശങ്കരൻകുട്ടിക്ക് ചാത്തുണ്ണ്യേട്ടനെക്കുറിച്ചാലോചിക്കുമ്പോൾ പാവം തോന്നുന്നു. മാനക്കേടുകൊണ്ട് തലയിട്ട വഴിക്ക് നടന്നു കളഞ്ഞതായി രിക്കും.

ഇവിടെയെങ്ങാനുമുണ്ടെങ്കിൽ ചാരായഷാപ്പിലെങ്കിലും ചാത്തുണ്ണ്യേ ട്ടൻ വരാതിരിക്കുമോ? എങ്ങോട്ട് പോകാനാ ചാത്തുണ്ണ്യേട്ടൻ? കുടകിലോ മാനന്തവാടിയിലോ ഒക്കെ പോയിട്ട് ചാത്തുണ്ണ്യേട്ടനെന്തു ചെയ്യാനാ. കുട കിലെ തണുപ്പത്ത് രണ്ടുദിവസമെങ്കിലും കഴിച്ചുകൂട്ടാൻ ചാത്തുണ്ണ്യേട്ട നെക്കൊണ്ടാവുകയില്ല. പിന്നെ മംഗലാപുരത്തുപോയിട്ടെന്തുചെയ്യാൻ. ഒരു ചാക്ക് നീക്കിവയ്ക്കാൻപോലും അയാൾക്കാരോഗ്യമില്ല.

എല്ലാവരും ചാത്തുണ്ണ്യേട്ടനെക്കുറിച്ചിങ്ങനെയാണ് ചിന്തിച്ചത്.

ശങ്കരൻകുട്ടി ചാത്തുണ്ണ്യേട്ടനെയും വൈദ്യരെയുമൊക്കെ മറക്കാൻ ശ്രമിക്കുകയായിരുന്നു. പക്ഷേ, വൈദ്യരുടെ കാര്യം കഷ്ടമായിപ്പോയി.

നാണുനായരുടെ ചായപ്പീടികയിൽ നിന്നാണ് രാമൻവൈദ്യർ ആശു പത്രിയിലാണെന്ന വിവരം ശങ്കരൻകുട്ടി അറിഞ്ഞത്.

വൈദ്യർക്കിത് രണ്ടാമത്തെ അറ്റാക്കാണെന്ന് നാണുനായർ പറഞ്ഞു. അപ്പോൾ ശങ്കരൻകുട്ടി വിചാരിച്ചു — പാവം വൈദ്യർ.

മണിക്കൂറുകളായി നാണുനായരുടെ ചായപ്പീടികയിൽത്തന്നെ ഇരിക്കുകയാണ് ശങ്കരൻകുട്ടി. അവൻ അന്ന് അങ്ങാടിയുടെ ഭാഗത്തേക്ക് പോയതേയില്ല. നാണുനായർ ഇടയ്ക്കിടെ ശങ്കരൻകുട്ടിയെ ശ്രദ്ധിക്കുന്നുണ്ട്. അപ്പോഴെല്ലാം അവന്റെ മുഖം തനിക്കൊന്നും സംഭവിച്ചിട്ടില്ലാ എന്ന് വിളിച്ചുപറയുന്നതുപോലെ ഉണ്ടായിരുന്നു.

ഇരുന്നിരുന്ന് ശങ്കരൻകുട്ടി സമയം കൊല്ലുകയായിരുന്നു. വരുന്നവരും പോകുന്നവരുമൊക്കെ അവനെ ദയനീയമായി നോക്കുന്നുണ്ട്. ആ നോട്ടങ്ങളുടെയെല്ലാം മുമ്പിൽ ഓരോ പുഞ്ചിരി ശങ്കരൻകുട്ടിയുടെ മുഖത്തുനിന്ന് വീഴുന്നുമുണ്ട്.

ഏറെനേരം വീണ്ടുംകഴിഞ്ഞു. നാണുനായരും ശങ്കരൻകുട്ടിയും പണിക്കാരും മാത്രമായി കടയിൽ. അപ്പോൾ ശങ്കരൻകുട്ടി നാണുനായരുടെ മുമ്പിൽ ചെന്ന് ഒരു സ്റ്റൂൾ എടുത്തിട്ട് ഇരുന്നു. നാണുനായരുടെ മുമ്പിൽ ഇങ്ങനെ ഇരിക്കാറേ ഇല്ല.

ശങ്കരൻകുട്ടിയോട് നാണുനായർക്ക് പലതും സംസാരിക്കാനുണ്ട്. എവിടെ തുടങ്ങണമെന്നറിയാതെ അയാൾ വിഷമിക്കുകയായിരുന്നു.

"എനിക്കൊരു കാര്യറിയാന്ണ്ട്."

"എന്ത് ശങ്കരങ്കുട്ട്യേ?" നാണുനായർ ചോദിച്ചു.

"ഞാന്വ്ട ഇന്നാട്ടില് വന്നിറ്റെത്ര കൊല്ലായിക്കാണും?"

ആദ്യം നാണുനായരുടെ മുഖമൊന്നു ചുളിഞ്ഞു. പിന്നെ തലചൊറിഞ്ഞും ഇത്തിരിനേരം ആലോചിച്ചും നാണുനായർ ചോദിച്ചു: "എന്തിനായിത്?"

"എനിക്കറിയണം."

"ഇരുപത് കൊല്ലം കഴിഞ്ഞിറ്റ്ണ്ടാവും."

"എവിട്ന്നാ ഞാം വന്നത്?"

"അതിപ്പാരിക്കാറീന്ന്?"

"ങ്ക്കും ചാത്തുണ്ണ്യേട്ടന്വറിയാവ്വോന്നാലോചിക്ക്വ ഞാൻ."

"അന്ന് പറേന്ന കേട്ടത്. വീരാജ്പ്പേട്ടേന്ന് വന്ന ഒരു ലോറിക്കാരൻ നെന്നെ അരയാലീന്റേട്ത്ത് എറക്കിവിട്ടുന്നാ. ആ അരയാലിപ്പളില്ല. ഇതെല്ലാന്തിനാറീന്ന്?"

"ഏകദേശം എവ്ട്ന്നായിരിക്കും ഞാനിവിട്യേത്ത്യത്?"

"അതിപ്പൊങ്ങന്വറിയാനാ?" നാണുനായർക്ക് ചിരിവന്നു.

"മാനന്തവാടീന്നായിരിക്ക്വോ?"

"അതിപ്പറിഞ്ഞിട്ടെന്താ വേണ്ട ശങ്കരങ്കുട്ടീ?"

"അറിയ്യ്യാനൊരു വഴിയൂല്ല, അല്ലേ?"

എഴുന്നേറ്റ് ഒരു ബീഡി കത്തിച്ച് നാണുനായർ ആലോചിക്കുകയായിരുന്നു. ഇവനെന്തൊരു ബാലിശമായ ചോദ്യാ ചോദിക്കുന്നേ.

ശങ്കരൻകുട്ടി ഒന്നുംപറയാതെ പുറത്തിറങ്ങി. കോളേജ് റോഡിലൂടെ കിഴക്കോട്ടുനടന്നു. ഏതെല്ലാമോ കുറുക്കുവഴികളിലൂടെ പിന്നെ കടവത്തെത്തി.

അക്കരെപ്പോകാൻ തോണിയിൽ കയറിയപ്പോൾ തീരെ അപരിചിതനായ ഒരാൾ ശങ്കരൻകുട്ടിയോട് ചോദിച്ചു: "രാമൻ വൈദ്യർ മരിച്ചവിവരറിഞ്ഞോ?"

അറിഞ്ഞില്ലെന്ന് ശങ്കരൻകുട്ടി വളരെ നിസ്സംഗനായിത്തന്നെയാണ് പറഞ്ഞത്. എട്ടരമണിക്കാ വൈദ്യർ മരിച്ചതെന്ന് പറഞ്ഞ് അയാൾ നിശ്ശബ്ദനായി. പക്ഷേ, അയാളുടെ കണ്ണുകൾ ശങ്കരൻകുട്ടിയുടെ മുഖത്തായിരുന്നു. തോണി പിന്നിടുന്ന പുഴയിലെ വഴിയിലേക്ക് നോക്കി ഇരുന്നിട്ട് ശങ്കരൻകുട്ടി പറഞ്ഞു: "പാവം, വൈദ്യർ."

അക്കരെ ഇറങ്ങിയിട്ട്, ശങ്കരൻകുട്ടി നാണുനായരുടെ വീട്ടിലേക്ക് നടന്നു. അവൻ കയറിച്ചെല്ലുമ്പോൾ അമ്മുമ്മാട്ട്യാർ മുറ്റത്തുനിൽക്കുന്നുണ്ടായിരുന്നു. ശങ്കരൻകുട്ടി അവരുടെ മുമ്പിൽ ഒരു മരംപോലെ നിന്നു. അവനൊന്നും മിണ്ടാൻ കഴിയുന്നുണ്ടായിരുന്നില്ല. അമ്മുമ്മാട്ട്യാരുടെ കണ്ണ് നിറഞ്ഞു. അവൻ അങ്ങനെ നിൽക്കവേ ആ കണ്ണ് ഒഴുകിത്തുടങ്ങി.

"ശങ്കരൻകുട്ടി നെന്റോടി ദൈവണ്ടാവും." അമ്മുമ്മ്യാട്ടാർ പറഞ്ഞു.

ശങ്കരൻകുട്ടി കോലായിൽ കയറി ഇരുന്നു. അമ്മുമ്മാട്ട്യാർ അവന് കുടിക്കാൻ മോരുവെള്ളം കൊണ്ടുവന്നു. മോരുവെള്ളം കുടിക്കുമ്പോൾ അവൻ അവരുടെ മുഖത്തുനോക്കി ചിരിച്ചു.

മോരുവെള്ളം കുടിച്ചുതീർത്തിട്ട് ശങ്കരൻകുട്ടി ചോദിച്ചു: "അമ്മുമ്മാട്ട്യാറെ, ഞാനെവ്ട്ന്നാ വന്നേ?"

അടുത്തുനിന്നു വീണ ഒരു പൊട്ടനെപ്പോലെ അമ്മുമ്മാട്ട്യാർ നിൽക്കുകയായിരുന്നു.

"ശങ്കരൻകുട്ടി ഏത് നാട്ട്ന്നാ വന്നത്? അയിനെപ്പറ്റി വല്ലത്വറിയ്യോ? ഇരുപതുകൊല്ലം മുമ്പാ പോലും വന്നേ. വീരാജ്പ്പേട്ടേന്ന് വെരുന്ന ഒരു ലോറീല്. വ്ട്ന്നാന്ന് ആരിക്വറീല്ല. ങ്ക്ക് വല്ലോ അറിയ്യ്യോ?"

"എനക്കങ്ങെന്നറിയ്യ്യാ ശങ്കരങ്കുട്ട്യേ? നിയ്യ് പീട്യേല് വെർമ്മം എന്നെ കല്യാണം കയിച്ചിറ്റില്ല."

"ചാത്തുണ്ണ്യേട്ടനെന്നെ ആരോടെങ്കിലും വെലക്ക് വാങ്ങിച്ചതായിരിക്ക്വോ?"

"അതൊന്നല്ല, അയാക്ക് നെന്നെ വീണ് കിട്ട്യതാ."

"ഞാനെന്തിനാ ഇന്നാട്ടില് വന്നേ?"

"നിയ്യിങ്ങനോരോന്ന് ചിന്തിക്കാതിരി ശങ്കരങ്കുട്ട്യേ."

അമ്മുമ്മാട്ട്യാർ ശങ്കരൻകുട്ടിയോട് ഇരിക്കാൻ പറഞ്ഞിട്ട് അടുക്കളയിലേക്ക് പോയി. ശങ്കരൻകുട്ടിക്ക് ഒരുപിടി ചോറുകൊടുത്തിട്ടേ പറഞ്ഞയയ്ക്കുന്നുള്ളൂന്ന് മനസിൽ വിചാരിച്ചു. ഒരു നേന്ത്രക്കായയെടുത്ത് ഉപ്പേരിക്കരിഞ്ഞിടുമ്പോൾ ശങ്കരൻകുട്ടി അടുക്കളയിലേക്ക് കയറി വന്നു. അവൻ അവരുടെ മുഖത്ത് നോക്കി സ്നേഹത്തോടെ ചിരിച്ചു.

"എനിക്ക് വയസ്സായില്ല്യേ ശങ്കരങ്കുട്ട്യേ. നിയ്യിപ്പെന്തിനാ അമ്മൂനോട് ചിരിക്ക്ന്ന്?"

"അമ്മാട്ട്യാറേ, ഒന്നിങ്ങ് വാ.. എനക്കൊരു കാര്യം ചോദിക്കാന്ണ്ട്."

എന്നിട്ട് ശങ്കരൻകുട്ടി നേരെ നാണുനായർ ഉറങ്ങുന്ന കട്ടിലിൽ ചെന്നിരുന്നു. അമ്മുമ്മാട്ട്യാർക്ക് അത് കണ്ടപ്പോൾ പേടിയായി. അവൻ വീണ്ടും വിളിച്ചു. അമ്മുമ്മാട്ട്യാർ പതുക്കെ അങ്ങോട്ടു ചെന്നു. അവന്റെ അരികിൽ ഇരിക്കാൻ അവൻ ക്ഷണിച്ചു. അമ്മുമ്മാട്ട്യാർ ഒരുതരം വിറയലോടെ അവന്റെ അടുത്തിരുന്നു. അവൻ അമ്മുമ്മാട്ട്യാറുടെ മടിയിൽ തലവച്ചു കിടന്നു.

"എന്താ ശങ്കരങ്കുട്ട്യേ ഇത്?" എന്ന് ചോദിച്ചുകൊണ്ട് അവർ പാഞ്ഞെഴുന്നേൽക്കാൻ ശ്രമിക്കുകയായിരുന്നു. ശങ്കരൻകുട്ടി ഒരുവന്മരം വെട്ടിയിട്ടപോലെ ആ മടിയിൽക്കിടക്കുന്നതുകണ്ട് അമ്മുമ്മാട്ട്യാർക്കെഴുന്നേൽക്കാൻ കഴിഞ്ഞില്ല

"അമ്മമ്മാട്ട്യാറേ എന്റെ അമ്മയാ നിങ്ങള്. ശങ്കരങ്കുട്ടീനൊന്ന് മോനേന്ന് വിളിക്ക്."

ശങ്കരൻകുട്ടി പൊട്ടിക്കരയുകയായിരുന്നു. അവന്റെ കണ്ണുനീർ അമ്മുമ്മാട്ട്യാറുടെ മടിയിൽ വീണ് മുണ്ട് നനഞ്ഞു.

അമ്മുമ്മാട്ട്യാർ അവനെ എഴുന്നേൽപ്പിച്ച് മുണ്ടിന്റെ കോന്തലകൊണ്ട് മുഖം തുടച്ചുകൊടുത്തു. അവൻ അമ്മുമ്മാട്ട്യാറെ ഭ്രാന്തമായി അമ്മേ അമ്മേ എന്ന് വിളിക്കുകയായിരുന്നു.

കരഞ്ഞുകൊണ്ടിരുന്ന ശങ്കരൻകുട്ടി പിന്നെ മനസറിഞ്ഞു ചിരിച്ചു. അവൻ ചിരിക്കുന്നതുകണ്ടിട്ട് അമ്മുമ്മാട്ട്യാറും ചിരിച്ചു.

ചിരിച്ചുകൊണ്ടേ അവൻ പുറത്തിറങ്ങി. അമ്മുമ്മാട്ട്യാർ ചോറുതിന്നിട്ട് പോകാമെന്ന് എത്ര നിർബന്ധിച്ചിട്ടും നിൽക്കാതെ അവൻ യാത്ര ചോദിച്ചു.

അവൻ മുബാറക്കങ്ങാടിയിലെത്തിയത് ഉച്ചയാവുമ്പോഴാണ്. അവന് വിശപ്പും ദാഹവുമൊന്നുമുണ്ടായിരുന്നില്ല.

അങ്ങാടിയിലൂടെ ഒരു കയറില്ലാ പശുവിനെപ്പോലെ അവൻ അഞ്ചാറ് ചാല് നടന്നു. അതിനിടയിൽ മാധവനോടും വിൻസെന്റിനോടും കൗസല്യയോടും കുമാരനോടുമൊക്കെ അവൻ സംസാരിച്ചു. അവന് സംസാരിക്കാനൊന്നുമുണ്ടായിരുന്നില്ല. എന്നിട്ടും എന്തൊക്കെയോ സംസാരിച്ചു.

അവൻ ഗോതമ്പ് ഗോഡൗണിനടുത്തുനിൽക്കുമ്പോൾ ദൂരെനിന്ന് ശാന്തമ്മ നടന്നുവരുന്നതു കണ്ടു. അവളെ കണ്ടപ്പോൾ എന്തെന്നില്ലാത്തനൊമ്പരം തോന്നി. അവൻ ശാന്തമ്മയുടെ നേർക്ക് നടന്നു. ശാന്തമ്മയോട് മാപ്പ് ചോദിക്കണം.

ശാന്തമ്മ മുമ്പിലെത്തിയപ്പോൾ അവൻ അവളോട് നിൽക്കാൻ പറഞ്ഞു. അവൾ തല താഴ്ത്തിക്കൊണ്ട് അവന്റെ മുമ്പിൽ നിന്നു. ശാന്തമ്മയുടെ നിൽപ്പ് കണ്ടിട്ട് ശങ്കരൻകുട്ടിയുടെ നെഞ്ചുരുകുകയായിരുന്നു.

"ശാന്തമ്മേ നിയ്യിശ്ശങ്കരങ്കുട്ടിക്ക് മാപ്പ് തെരണം." ശങ്കരൻ കുട്ടി നെഞ്ചിടറിപ്പറഞ്ഞു. അപ്പോഴും അവൾ നിലത്തുനിന്ന് കണ്ണെടുത്തില്ല.

"ശങ്കരങ്കുട്ട്യോര് പാവാ ശാന്തമ്മേ... ഞാം പോട്ടെ."

ശങ്കരൻകുട്ടി പോയിട്ടും ശാന്തമ്മ അവിടെത്തന്നെ നിൽക്കുകയായിരുന്നു.

അവൻ വീണ്ടും അങ്ങാടിയിലലഞ്ഞു. കണ്ണിൽ കണ്ടവരോടെല്ലാം ശങ്കരൻകുട്ടി ചിരിച്ചു. ഇങ്ങനെ അവനൊരിക്കലും ചിരിച്ചിട്ടില്ല.

കൗസല്യയോട് അവൻ പറഞ്ഞു: "കൗസല്യേ നിന്നെനിക്ക് സ്നേഹാ..."

മാധവനോടവൻ പറഞ്ഞു: "മാധവാ.. ഇതെല്ലൊരു കളിയാ..."

അവ്വേക്കർ മുതലാളി ശങ്കരൻകുട്ടിയോട് പറഞ്ഞു: "എടാ നിയ്യൊന്നിനും പേടിക്കണ്ട. മകരം 28ന് ഞമ്മക്ക് വേറൊരു പെണ്ണിനെ സമ്മന്തം ചെയ്യണം. മ്മള കൗസല്യേമ്മോ, ജാനകീന്റെ മോള്യോ... വൈദ്യേൻ ചത്തൂന്നെല്ലെ കേക്ക്ന്ന്..." അവ്വേക്കർ മുതലാളിയോടും ശങ്കരൻകുട്ടി ചിരിച്ചു. അവിടെ നിന്നവൻ പൂമരച്ചുവട്ടിലേക്ക് നീങ്ങി. പൂമരത്തെ നോക്കി മലർന്നു കിടന്നു. വൈകുന്നേരമാവുകയാണ്. ശങ്കരൻകുട്ടി പൂമരത്തോട് ചോദിച്ചു. "നിനക്കറിയോ ശങ്കരൻകുട്ടി എവ്ട്ന്നാ വന്നേന്ന്? എപ്പഴാ ആ അരയാല് മുറിച്ചത്?"

അവനറിയാത്ത അവനെക്കുറിച്ച് പൂമരത്തോട് ചോദിച്ചുകൊണ്ടേ അവനുറങ്ങിപ്പോയി.

ഉണരുമ്പോൾ നല്ല രാവായിപ്പോയിരുന്നു. എന്നിട്ടും അവനെഴുന്നേൽക്കാൻ തോന്നുന്നില്ല. വൈദ്യരുടെ ശവമിപ്പോൾ അടക്കിക്കാണും. ഒന്നു പോകേണ്ടതായിരുന്നു എന്നവന് തോന്നി. പിന്നെ അവന്റെ മനസിലേക്ക് കയറി വന്നത് ചാത്തുണ്ണ്യേട്ടനാണ്. ചാത്തുണ്ണ്യേട്ടനെയും മനസിലിട്ട് അവൻ വീട്ടിലേക്ക് നടന്നു. വഴിയിൽ പലരെയും കണ്ടു. ആരോടും അവൻ സംസാരിച്ചില്ല. അവൻ വീട്ടിലെത്തുമ്പോൾ ചിരുതാമ്മ ഒരു പുല്ലുപായുമിട്ട് ഉമ്മറത്തിരിക്കുകയായിരുന്നു. അവനെ കണ്ടപ്പോൾ ചിരുതാമ്മയ്ക്ക് ജീവൻവീണു.

ചെന്നപാടെ അവൻ എണ്ണതേച്ച് കുളിച്ചു. ചോറുതിന്നാനിരുന്നപ്പോൾ ചിരുതാമ്മയും അവന്റെ മുമ്പിൽ വന്നിരിപ്പായി.

ചോറുതിന്നു കഴിഞ്ഞപ്പോൾ പതിവുപോലെ അവൻ അവന്റെ ചൂടിക്കട്ടിലിൽ വന്നിരുന്നു. ചിരുതാമ്മ അടുത്തു വന്നിരുന്നു.

രണ്ടുപേരും സംസാരിച്ച് സംസാരിച്ച് രാത്രി ഒരു മണി കഴിഞ്ഞു. കിടന്നുറങ്ങിക്കോയെന്ന് ചിരുതാമ്മയോട് ശങ്കരൻകുട്ടിയും ശങ്കരൻകുട്ടിയോട് ചിരുതാമ്മയും പറഞ്ഞുകൊണ്ടിരുന്നു.

നാട്ടിലിങ്ങനെ പണ്ടുകാലത്ത് മുടങ്ങിപ്പോയ സമ്മന്തങ്ങളുടെയും കല്യാണങ്ങളുടെയും കഥകൾ പറയുകയായിരുന്നു ചിരുതാമ്മ. ശങ്കരൻകുട്ടി എല്ലാം കേട്ടു.

ശങ്കരൻകുട്ടിയുടെ മൂകത ചിരുതാമ്മയെ പേടിപ്പിക്കുന്നുണ്ടായിരുന്നു.

പള്ളിക്കാട്ടിലെ കുറുക്കന്മാർ കരഞ്ഞുതീർന്നപ്പോൾ ചിരുതാമ്മ ചോദിച്ചു: "ഞാം പോയി കെടക്കട്ടെ?"

"കെടന്നോ, നേരം പൊലരാനായി." ശങ്കരൻകുട്ടി പറഞ്ഞു.

ചിരുതാമ്മ മേലിട്ട മുണ്ടെടുത്തുകുടഞ്ഞ് എഴുന്നേറ്റു. അകത്തു ചെന്ന് പായിട്ട് കിടന്നിട്ട് വിളിച്ചുപറഞ്ഞു: "ശങ്കരങ്കുട്ട്യേ, കെടന്നോ?"

അവൻ കിടന്നില്ല. അവൻ കനകമലയെ നോക്കി ഇരിക്കുകയായിരുന്നു. ആ ശ്യാമനീലിമ അവനെ വിളിക്കുന്നതുപോലെ അവന് തോന്നി.

ചിരുതാമ്മയുടെ കൂർക്കംവലിയുടെ ഒച്ച കേട്ടപ്പോഴാണ് നേരമങ്ങൊരുപാട് കഴിഞ്ഞുവെന്ന് ശങ്കരൻകുട്ടി ഓർത്തത്. അവൻ എഴുന്നേറ്റ് മുറ്റത്തെ ചൂടിക്കട്ടിലെടുത്ത് തെങ്ങോട് ചാരിവച്ചു. അകത്തു ചെന്ന് ഏതാനും നിമിഷം ചിരുതാമ്മയുടെ മുമ്പിൽ നിന്നു. ചിരുതാമ്മ നല്ല ഉറക്കമാണ്.

സഞ്ചിയുമെടുത്തു പുറത്തിറങ്ങുമ്പോൾ ശങ്കരൻകുട്ടി ചിരുതാമ്മയുടെ കാലിൽ തൊട്ടു വന്ദിച്ചു.

പുറത്തുനിന്ന് അവൻ വാതിൽ പതുക്കെ പാതിചാരി.

മുറ്റത്തിറങ്ങി അവൻ ആടുകളോട് യാത്രചോദിച്ചു. പിന്നെ തിരിഞ്ഞുനോക്കാതെ നടന്നു. കിഴക്ക് വെള്ളവീശിത്തുടങ്ങിയിരുന്നു.

വീരാജ്പേട്ടയിലേക്കും കുടകിലേക്കുമുള്ള ലോറികൾ പുറപ്പെടാറായി. അവൻ വേഗം നടന്നു.